MISFARIR

GRÍMUR ÖRN ÞÓRÐARSON

Ég vil þakka vini mínum Hjálmari Einarsyni og föður mínum Þórði Ásgeirssyni fyrir góðan stuðning.

Mynd og hönnun á kápu : Grímur Örn Þórðarson

SÖGUR

LJÓÐUR Á LJÓÐI

Að yrkja ljóð undir pressu,

er óheppilegt að mestu.

Hugsanlegt að allt fari í klessu,

er okkur öllum fyrir bestu.

HÓRAN

Vindurinn brýst inn um rifu á glugganum. Köld vorsólin er hátt á lofti og leggur til atlögu með félaga sínum. Þunnar, hvítar gardínur sveiflast fram og til baka í ójöfnum slag. Fiskifluga situr sem fastast ofarlega á gardínunni. Sjálfstraust hennar minnir á reyndan sæfara í ólgusjó. Flugan hefur sig til flugs og hringsólar um herbergið. Eftir tilkomumikið listflug í blikkandi sólargeislum nemur flugan staðar á nefinu á Magnúsi. Hann er sofandi í hjónarúminu. Flugan er fylgin sér og fer inn í nefið. Hann hristir hausinn til vinstri og blæs út með nefinu. Fiskiflugan sleppur naumlega. Magnús liggur á bakinu, opnar augun og horfir upp í loft. Hann lítur til hliðar í átt að glugganum og sér náttúruöflin í árásarhug. Hann ræskir sig og rís svo á fætur. Klæðir sig í hvíta sokka og skítugar gallabuxur og yfir bláa skyrtu fer hann í vínrauða peysu sem var með lítið gat á olboganum vinstra megin. Hann lagar sængina og koddann aðeins. Það var óþarfi að laga sængina hinum megin, enda svaf enginn þar í nótt. Það er fínasta veður úti, bjart og smá vindur, hugsaði hann. Magnús lokar glugganum, það er kalt í herberginu. Magnús fer fram á gang. Baðherbergið er næst til vinstri. Hurðin er hálf opin, hann fer inn.

Lukka! Kallar hann.

Kári og Lukka eru að ríða undir vaskinum. Magnús sparkar í Kára. Kári geltir á hann. Út með ykkur! Kallar Magnús og sparkar aftur í Kára áður en hann lokar á eftir þeim. Hann klórar sér í gráu vikugömlu skeggi sínu fyrir framan spegilinn. Hann horfir niður og sér að hann stendur í volgu hundaslefi.

María er að baka í eldhúsinu. Hún er í rósóttum kjól, hverdagslegur sveitakjóll en samt kannski aðeins of fínn til eldhúsverka. Háu hælarnir voru út á miðju gólfi. Hún hellir heitu súkkulaði í hveitið í hrærivélinni. Á eldavélinni rýkur úr tveimur pottum. Magnús kemur inn í eldhús, klæddur í bláa sokka og sest við borðið.

Hæ, segir María sem snýr baki í mann sinn.

Hæ, segir Magnús í þunnum rómi.

Hann horfir á flysjaðar kartöflur í skál á borðinu. María slekkur á hrærivélinni. Veiðir upp soðna ýsu úr öðrum pottinum og soðið grænmeti úr hinum. Hún setur soðninguna á disk.

Gjörðu svo vel, segir María og leggur matinn á borðið. Soðin ýsa og kartöflur? Segir Magnús pirraður. Já, er eitthvað að því?

Ég á nú afmæli!

Þetta er ekkert stórafmæli, Magnús.

Neinei en samt, mig langar ekkert í soðna ýsu og kartöflur, segir Magnús og setur kartöflur á diskinn sinn og hellir bræddu smjöri yfir.

Hvernig var á ballinu? Spyr Magnús.

Bara mjög gaman.

Hvar varstu í nótt?

Á ballinu, ég var að segja þér það.

Varstu með Benna?

Láttu ekki svona!

Ekki varstu hér í nótt! Hvert fórstu eftir ballið?

Þú veist það alveg, hringdu bara í Siggu.

Það þýðir ekkert.

María snýr sér við. Hættu þessu Magnús! Ég var ekki með Benna. Hvenær ætlar þú að hætta þessu?! Ætlar þú aldrei að fyrirgefa mér? Magnús hristir hausinn og horfir stíft á konu sína. María setur súkkulaðiblöndu í form og inn í ofn.

Hvernig gékk í morgun?

Illa. Andskotans drasl!

Er það aftur fjarkinn?

Já! Segir Magnús pirraður. Ég hringdi í Gumma, hann ætlar að koma núna í hádeginu. María setur kaffibrúsa á borðið. Ég ætla í sturtu. Magnús kinkar kolli. Bílflauta heyrist í fjarska og þurrt rykský sækir að stóra eldhúsglugganum. Gummi vélvirki leggur bílnum sínum fyrir framan hús. Bjartur, hundurinn hans er með í för. Kári og Lukka taka á móti þeim. Skepnurnar þrjár gelta í kór og hlaupa svo handan við hornið. Magnús kemur út og tekur í höndina á Gumma. Blessaður, segir Magnús.

Sæll.

Hvað segirðu?

Allt ágætt. Er allt í volli?

Jájá sama sagan bara.

Skil þig,

Þú ratar, segir Magnús og nikkar kollinum upp brekkuna. Gummi kinkar kolli og brosir létt, tekur svo verkfærakassann sinn úr bílnum og labbar í átt að fjósinu. Magnús kveikir sér í sígarettu og dregur djúpan smókinn á hlaðinu. Lóan syngur fyrir ofan hann. Magnús horfir á eftir henni fljúga út dalinn í átt að Hrútafjalli.

María er úti í garði að hengja upp þvott. Hundarnir þrír eru í leik, stutt frá. Magnús situr á veröndinni og sýpur kaffið. Gummi kemur léttur í lund inn í garð og sest hjá Magnúsi.

Jæja þá er þetta klárt, segir Gummi.

Gott mál vinur, segir Magnús hálf þurr á manninn og horfir fram á við. Þetta eru að verða soldið gamlar græjur. Já, þetta er bölvað drasl. Fáðu þér köku.

Takk. Gummi hellir kaffi í bolla um leið og hann fær sér bita af súkkulaðikökunni.

Fórstu á ballið í gær, spyr Magnús.

Já. Fór á ballið, svaka stuð. Afhverju komst þú

ekki?

Var Benni þarna?

Jájá hann var þarna.

Sástu Maríu eitthvað?

Jájá, hún var á dansgólfinu eins og við öll.

Og var Benni þar líka?

Alveg örugglega.

Magnús dæsir og horfir á Maríu festa skyrtu á snúruna með fjallasýn í bakgrunni. Lukka og Bjartur slíta sig frá Kára og byrja að ríða á blettinum rétt hjá Maríu.

Bjartur! Bjartur! Kallar Gummi.

Magnús situr þungt hugsi og fylgist með. Þetta er nú meiri greddutíkin sem þú átt, segir Gummi kíminn. Magnús dæsir og segir ákveðið,

Hóra.

RÓBERT DIEGO

Ég vaknaði snemma morguns eins og flesta daga. Skilyrði þess að ég fékk þetta herbergi hefur ekkert breyst. Ég þarf alltaf að vera farinn út fyrir klukkan korter yfir níu á morgnana. Eigandi íbúðarinnar leigir einum sjúkraþjálfara herbergið yfir daginn. Mér fannst þetta nú ansi skrýtin tilhugsun þegar ég skrifaði undir samninginn en lét mig þó hafa það, ég var örvæntingarfullur og vantaði húsnæði. Það var annað hvort að dvelja í munkaklaustri sem stóð til boða eða sætta sig við þetta fyrirkomulag. Íbúðin er stór, þrjú svefnherbergi og tvær stórar stofur. Íbúðin er samt í hálfgerðri niðurníðslu, öll gólfefnin eru mjög gömul, það brakar í öllum hurðum og skápum. Eldhúsið er frumstætt, aldar gamall ofn með tveimur hellum að ofan. Þykkt tréborð sem minnti mann á rennibekk á smíðaverkstæði stendur þarna stöðugt undir glugganum sem vísar út í garð. Öll húsgögnin eru gömul og lúin. Stofuborðið er gamalt vírakefli sem var sett á hliðina og dúkur yfir, fínasta borð. Þetta kannski lítur út eins og smá greni en mér líður samt mjög vel hérna, hér er góður andi og mikið af allskyns plöntum, í allskonar litum, bæði á gólfinu og í öllum gluggum, þökk sé meðleigjanda mínum sem bjó hérna fyrir. Hann er töluvert eldri en ég, örugglega fimmtán árum eldri, eitthvað svoleiðis. Hann er amerískur og heitir Michael. Hann vinnur fyrir sér sem þýðandi, þýðir námsbækur og skáldsögur og sitthvað fleira eflaust. Ég hafði alltaf verið svona wanna be listaspýra en ég á ekki roð í þennann mann, hann er "all in", býr til mjög svo furðulega vídeó gjörninga, aldrei séð svona áður, fyrr né síðar. Um helgar er hann alltaf löngu vaknaður á undan mér, þegar ég býð honum góðan daginn þá situr hann oftast við skrifborð sitt í herberginu sínu með gleraugun á nefinu, í rauðum slitnum slopp. Kaffibollinn er aldrei langt undan. Öskubakkinn með tóbaks og vægu maríjúana stubbunum eru ávallt á sínum stað líka. Michael er myndarlegur maður, ef hann myndi nenna að greiða sér og jafnvel strauja skyrtur sínar öðru hverju þá væri hann bara helvíti flottur. Hann kynnti fyrir mér tónlist sem ég hafði ekki hlustað á áður. Captain Beefhart og Syd Barett voru þar efstir á blaði. Við setjumst oft og hlustum á tónlist og tölum um allt og ekkert og allskonar annað. Hann sagði mér ítarlega frá sínum heimkynnum, Washington fylki á vesturströnd Bandaríkjanna. Hann var frá einhverju hranalegu krummaskuði, ekki langt frá bænum Snoqualmie, þar sem sjónvarpsþættirnir Twin Peaks voru teknir upp. Hann er svolítið utan við sig stundum, við eru kannski að tala um eitthvað, svo allt í einu stendur hann upp og fer úr herberginu, þá er hann farinn að hugsa um eitthvað allt annað. Svo kemur hann oftast stuttu seinna og afsakar sig, brosir blíðlega til manns og hlær aðeins. Hann hefur smitandi hlátur hann Michael. Það kom mér á óvart hvað hann vissi mikið um Ísland. Hann þekkti söguna ágætlega, hafði heyrt um Leif Heppna, sagði mér að Leifur hafi bjargað einhverjum skipverjum á leiðinni heim til Grænlands frá Ameríku og fengið þannig viðurnefnið „hinn heppni". Hann sagði mér líka frá því hvernig Jónas Hallgrímsson fékk blóðeitrun þegar hann fótbrotnaði eftir að hafa dottið í stiga, sú raun leiddi hann til dauða. Merkilegt hvernig sum stórmennin kveðja þennan heim. Ég hafði ekki hugmynd um neitt af þessu, kannski las ég þetta einhverntímann í sögubók í skólanum en ég var allavegana löngu búinn að gleyma því. Ég les ekki mikið, hef aldrei gert. Ég glugga stundum í klístruð klámblöð, annað var það nú ekki, jú kannski stundum skoða ég matreiðslubækur og kvikmyndatímarit.

Michael hafði lesið nokkrar Íslendingasögur, hann var mjög áhugasamur um goðafræði og norræna víkinga. Hann þekkti sögu Egils Skallagrímssonar, vissi að hann væri stórmerkilegt skáld og mikill vígamaður. Það var gaman að hlusta á hann þegar hann var kominn í ham, Halldór Laxness fékk líka pláss í hans hugarheimi, sem og Björk, Friðrik Þór Friðriksson og Jón Páll. Hann kannaðist við Þingvelli, Gullfoss og Geysi og nokkur önnur kennileiti. Ég var ekki fyrsti Íslendingurinn sem varð á vegi hans. Hann hafði kynnst tveimur íslenskum smiðum sem unnu með honum í bakaríi á Austurbrú fyrir nokkrum árum. Þeir urðu allir mjög góðir vinir. Í dag eiga þeir saman sveitabæ í risastórum laufskógi. Bærinn minnir mann á H.C Andersen, hvítt hús með þykkum, dökkum viðarplönkum á veggjunum. Þarna var hlaða sem var búið að breyta í gestahús. Arabískt þema innandyra, hátt til lofts og stórt rúm út á miðju gólfi með slatta af púðum, í litskrúðugum litum. Það hefði verið alveg tilvalið að eiga fallega vinkonu til að deila með en það var nú ekki svo gott. En ég dvaldi þarna samt nokkrum sinnum, algjör slökun frá borgaralífinu. Hámark gleðinnar var alltaf þegar maður fór einn sín liðs út í skóg með pípuna að elta dádýrin. Maður gleymdi sér alveg í þessum ævintýraheimi.

Maður rétt nær að skvetta í sig kaffi áður en maður leggur af stað í vinnuna. Ég hef verið í þessu landi í sex mánuði. Fyrstu þrjá mánuðina vann ég í þessu sama bakaríi og Michael og smiðirnir tveir unnu einu sinni í. Sú vinna gékk ekki upp fyrir mig, vinnandi á nóttinni alla daga, ég bara hreinlega nennti því ekki. En get þó þakkað þeim fyrir að hafa reddað mér þessu herbergi á sínum tíma, það var vel gert hjá þeim. Eftir að hafa verið atvinnulaus í tvo mánuði fékk ég vinnu í tívolíinu. Ég er í skemmtilegu teymi að skúra leiktækin og leikhúsið, engin draumavinna en þetta er samt allt í lagi. Ég byrja klukkan sjö á morgnanna og er búinn klukkan tvö eftir hádegi. Launin eru bara nokkuð góð, þegar vinnan er búin þá er nóg eftir af deginum. Ég gæti haft það verra. Yfirmaðurinn minn er fyndinn karakter, hann er argentínskur dvergur. Hann heitir Roberto og er ekkert ólíkur goðsögninni Maradona, lítill kubbur með sítt að aftan klippingu og gullkeðju um hálsinn. Hann hefur mikla ástríðu fyrir vinnunni sinni, ég veit ekki af hverju en hann bara tekur þessu mjög alvarlega. Hann er fljótur upp ef eitthvað er að pirra hann, þá byrjar hann að gretta sig og benda í allar áttir. En hann er líka hress, með skemmtilegan húmor, hann er kaldhæðinn og gerir alveg grín að sjálfum sér stundum. Mér finnst það alltaf jafn fyndið þegar ég hugsa til þess á leiðinni heim eftir vinnu að ég sá Maradona æsa sig og blóta á dönsku þann daginn. En dvergarnir eru víða eins og við hin, ég man fyrr um sumarið þegar ég var að skemmta mér í stórum almenningsgarði þá lenti ég upp á kant við unglingaklíku, aðal gæinn í því föruneyti var rauðhærður dvergur sem var mjög æstur og kunni afar illa við mig. Eftir nokkur köll og ógnandi tilburði stökk hann jafnfætis upp og skallaði mig. Ennið á honum skall í hökuna mína, mér brá við þetta og datt í grasið. Unglingsdvergurinn stóð yfir mér tilbúinn í átök. Vinkonur hans tvær sem voru í venjulegri stærð náðu að róa hann niður og ég greip tækifærið og lét mig hverfa.

Oftast elda ég kvöldmat, mér finnst gaman að kokka eitthvað gott. Það hefur komið fyrir um mánaðamót að ég eigi ekki fyrir mat, þá þarf ég að leita að krónum og aurum á gólfinu og vona það besta. Ég reikna alltaf með Michael í mat, hann er samt ekkert alltaf heima. Hann er mjög grannur og ég velti því stundum fyrir mér hvort hann myndi borða yfir höfuð ef ég væri ekki til staðar. Ég hef aldrei séð hann smyrja sér ristað brauð, einu skiptin sem ég sé hann í eldhúsinu er þegar hann svarar kalli mínu og kemur og borðar kvöldmat. Þarna stendur maður með svuntuna um sig miðjan og býður honum til borðs. Mér líður stundum eins og ég sé mamma hans, skrýtið að segja það en það er samt þægileg tilfinning. Móðureðlið brýst fram í ólíkum myndum. Í kvöld er hann djúpt sokkinn í einhverja bók sem ég sé ekki hver er, hann snertir ekki við matnum. Í allan dag hefur mig langað í saltkjöt og baunir, eitthvað íslenskt og gott. Á endanum keypti ég kartöflur sem ég sauð og gerði kartöflumús úr og svo keypti ég líka bjúgu og rauðkál og tvær kippur af ódýrum bjór. Þegar ég var í búðinni fór ég að hugsa til góðs vinar míns á Íslandi sem heitir Róbert. Hann er hálfur Íslendingur og hálfur Spánverji. Ég þekki engan sem finnst hefðbundinn íslenskur matur jafn góður eins og honum, svið, saltkjöt, bjúgur og allt þetta dótarí. Hann borðar líka hákarl og hesta í öll mál. Kannski finnst honum eins og hann þurfti að sanna sig sem Íslending og byrjaði því að ýkja þessa hrifningu sína á þessum mat, en svo getur líka bara vel verið að honum hafi bara alltaf þótt þetta svona gott. Fyrir mér þarf hann ekki að sanna neitt. Roberto og Róbert eru svolítið líkir, þeir eru ekkert líkir í útliti nema þeir eru báðir með hrokkið svart hár og gull glingur um hálsinn. Róbert er herðabreiður, hávaxinn, fagur foli, uppátækjasamur og skemmtilegur, gallagripur eins og við flest en samt sem áður gull af manni. Nafnarnir tveir eru líkir í fasi, það er sami galsinn í þeim, svipaður glampi í augum þeirra. Þeir hafa báðir engann áhuga á enska boltanum en lifa fyrir Barcelona. Þeir eru báðir fyrirliðar, drífa mann áfram. Það er nú hálf furðulegt að horfa á Roberto spila fótbolta en hann er alveg merkilega góður samt, þetta er í blóðinu þarna suður frá. Það minnir mig á það, ég ætlaði að fara út og hringja í Róbert, man samt ekkert afhverju.

Jú, nú man ég það.

VEISLAN

Fögur er hlíðin, grasið grænt með gulum fíflum, heit síðdegissólin er við það hverfa. Gunnar og Hallgerður liggja saman í laut, drukkin og hamingjusöm. Þau geta ekki látið hvort annað í friði. Þau hrósa fríðleik hvors annars, kitla og káfa í galsafullum leik. Þau horfast í augu, ljósir lokkar Hallgerðar iða af lífi og þokka. Gunnar dregur kjól hennar niður og kyssir þykkar geirvörtur hennar af ágirnd. Hallgerður emjar af vellíðan, tekur hönd mann síns og færir hana í klof sitt undir kjólnum. Þau brosa.. sem leiðir út í hlátur og til verður ástríðufullur koss. Þau leggjast á bakið, haldast í hendur og horfa upp til guðanna sem senn láta á sér kræla. Eftir nokkra tungulipra kossa stóðu þau upp, þeim var orðið hálf kalt, sólin var sokkin. Á leiðinni upp að bænum sáu þau að kyndlar báru eld við innganginn. Því nær þau nálguðust, ágerðist lætin og köllin. Stutt frá skálanum var hópur fólks, búin að mynda hring í kring um bræðurna Gísla og Þorkel Súrsyni. Öttu þeir kappi í glímu, ærslagangurinn var mikill, mjöðurinn skall í horni hverju, bardaginn pressaði niður grasið í ófyrirséðum stellingum. Gísli var flestum mönnum fremri, náði hann góðu taki á bróður sínum og ríghelt í einni svipann, Þorkell var sigraður.

Upp á axlir tveggja manna, sigurvegarinn sat.
Konur sem karlar sungu í kór, dönsuðu og skáluðu í bjór.. Aðrir leikir spruttu fram, pokahlaup og spilagaldrar, urðu uppvísari sem plat...

Hallgerður og Gunnar valhoppa í vina hópi, hrollurinn er á bak burt, gleðin og glaumurinn gleypir alla, veislan er í hverju horni, úti sem inni. Venus skín bjart á næturhimninum, hún beislar orku sinni í þágu lystisemda og óspilltrar fegurðar. Stjörnur víðsfjarri sýna mátt sinn og megin í heildarmynd strigans. Alheimurinn varðveitir syndarann. Hrútur Herjólfsson og Börkur hinn digri spiluðu á strengi og börðu á skinn, hreyttu þeir fram klámsamar vísur er kættu ungar meyjar sem sátu við hlið þeirra og yljuðu sér við varðeld.

Gunnar stendur glaður, jafnfætis konu sinnar, eldglæringar verma bak hans, hann faðmar Hallgerði innilega að sér, hvíslar ástarljóði í eyra hennar og kyssir hana í hálsakot. Matarilmurinn svífur yfir vötnum, tvö heil grilluð lömb á teini, snerust hring eftir hring, gullinbrún og kræsileg. Græn epli og appelsínur sátu stillt á borðinu, grillaðar gulrætur, perur, laukur og stórir tómatar gómuðu athygli allra er voru nálægt. Tveir fullvaxta menn, báru ábyrgð á veigunum, báðir voru þeir rauðskeggja niður á maga með rauðbirkna hárfléttu niður fyrir axlir, nauðalíkir voru þeir í framan og var harla ólíklegt að þeir væru óskyldir. Þeir hlógu sama hrossahlátrinum og skiptust á að vökva bráðina og sjálfa sig með bjórnum góða. Hallgerður leiðir bónda sinn inn á hellur skálans og fram moldargólfsganginn, hann var dimmur og drungalegur en ljós bjarmi frá kyndlum hátíðarsalarins bar fljótt að og lýsti leiðina í ysið og þysið..

Njáll Þorgeirsson og kona hans Bergþóra tóku á móti vinum sínum með opinn faðminn, skáluðu í hornum, brostu út að eyrum og kölluðust á, lífleg í skapi. Kvöldið leið hratt, skarkali næturinnar læddist inn á milli veggjanna og réðst til atlögu að fullum þunga, enginn var óhultur og öllum stóð á sama. Gestur situr framlágur einn á borði, hann var nýkominn frá Írlandi þar sem hann sótti námskeið í járnsmíði. Þórður kemur að borðinu með viskí flösku og sest á móti honum, hann vekur Gest og réttir honum flöskuna og segir honum að fá sér slurk. Gestur fær sér sopa, svelgist hann á og ælir fram á borð. Þórður þurrkaði slímugan nefbroddinn, honum var ekki skemmt og hafði hann á orði, "þér verður hefnt". Gestur ranghvolfir augum og horfir yfir salinn, ölæðið var orðið súrt og mengað, allt sem var fallegt er orðið ljótt.

Ég verð að drulla mér héðan, segir Gestur lágróma. Já ég held að það væri best, segir Þórður pirraður. Kemur þú ekki bara með mér ? Heimferðin kostar skildinginn. Nei, ég ætla að vera aðeins lengur, finna mér einhverja kellingu. Jæja vinur, ég er farinn. Þú veist að það stoppar strætó í næstu götu fyrir neðan brekkuna, segir Þórður. Já ok, næturstrætó ? Já.. það held ég..

Næs.. Segir Gestur sem kveikir sér í sígarettu, leggur Rambó hníf úr plasti á borðið og stendur upp. Ég heyri í þér á morgun, sorry með mig. Þórður kinkar kolli og brosir létt til hans. Gestur gengur valtur í sessi í átt að dimma ganginum og hverfur svo úr augsýn.

Á SJÓ

Það er lágskýjað í Breiðafirði. Þunn skýjahula sveimir yfir fjallstindunum. Það er vor í lofti, bjartur dagur en kaldur. Eyjar og sker skarta sínu fegursta í firðinum stóra. 10 sjómílur vestur af Flatey. Báran skellur á kilinum. Hyldýpið svarta bíður átekta. Þorsteinn Jónsson og dætur hans tvær sitja ofan á kjölnum gegnvot og hrakin. Dætur hans skjálfa af hræðslu og kulda. Þorsteinn er gamall í hettunni og hefur séð það svartara úti á sjó. Hann var á miðunum í kringum Ísland í rúm 50 ár. Hann er heimamaður hér um slóðir og þekkir Breiðafjörð betur en lófann á sér. Tvíburabróðir hans drukknaði rétt undan Brandssundi þegar þeir voru tíu ára gamlir. Þorsteinn horfði á eftir honum niður í djúpið. Kona Þorsteins dó fyrir 12 árum síðan úr krabbameini, svo eftir standa í fjölskyldunni, sá gamli og stelpurnar tvær.

Hvað erum við eiginlega búin að vera hérna lengi? Spyr Sandra. Ekki svo lengi segir Þorsteinn. Mér líður eins og við séum búin að vera hérna í heilan dag. Stelpur, herðið upp hugann, segir Þorsteinn ákveðinn. Við munum bjargast, við erum ekki ein, það eru bátar þarna úti. Náðir þú að senda út neyðarkall spyr Lovísa, þetta gerðist svo hratt, náðir þú að senda? Já ég náði að senda, ég fékk ekki svar en ég náði að senda. Það eru líka bátar þarna úti að veiða, okkur verður bjargað.

Sandra.. Lovísa.. Okkur verður bjargað, segir Þorsteinn og horfir á dætur sínar ákveðinn en yfirvegaður. Ég sé engan bát, segir Sandra og horfir í kringum sig. Þorsteinn horfir yfir Breiðafjörðinn, lítur upp til himna og leggst á bæn. Forvitnir mávar hringsóla fyrir ofan þau eins og svangir hrægammar. Afhverju er ég ekki með börnunum mínum, ég ætlaði ekki einu sinni að koma með. Afhverju varst þú að draga mig úr veislunni til þess að ég kæmi með í þessa ferð? Spyr Sandra og horfir

reiðilega á systur sína. Er þetta þá mér að kenna út
af því að ég vildi hafa þig með, svarar Lovísa.
Stelpur, hættið þessu, þetta er engum að kenna,
svona bara gerist, þetta er mér að kenna, ég stýrði
bátnum, segir Þorsteinn. Ég fer aldrei aftur á
sjóinn! Segir Sandra. Sjáið þið, þarna er bátur!
Kallar Þorsteinn. Hvar! Hvar! Kalla stelpurnar í
geðshræringu. Þorsteinn leggst á bakið og skýtur
upp blysi. Byssan var það eina sem hann náði að
taka með sér áður en bátnum hvolfdi. Þorsteinn
horfir á eftir blysinu og svo á bátinn í fjarska.
Okkur verður bjargað stelpur, þeir munu sjá
blysið, segir Þorsteinn ákveðinn. Dætur hans horfa
í allar áttir óþreyjufullar. Ég sé engann bát, segir
Lovísa. Hann er þarna.. Sjáðu! Þorsteinn bendir í
vestur. Sérðu hann?! Lovísa horfir fram einbeitt.
Sérðu hann? Já ég sé hann! Sandra ég sé bátinn!
Sandra lútir höfði og skelfur af kulda. Okei stelpur,
nú þurfum við bara að bíða, þeir koma, þeir koma,
segir Þorsteinn þunnu hljóði. Mér er svo kalt, segir
Sandra hrædd. Þegar mennirnir koma förum við
úr fötunum og fáum teppi og heitt kaffi og þá
hlýnar okkur fljótt. Verið þið hugrakkar stelpur,

þeir eru á leiðinni, segir Þorsteinn.

Skipsflauta ómar um fjörðinn. Heyrið þið, þeir eru búnir að sjá okkur, Þorsteinn brosir til dætra sinna. Lovísa brosir sínu breiðasta. Sandra skelfur á beinunum sem fyrr. Okkur verður bjargað, segir Lovísa skælbrosandi. Sandra kinkar kolli með grátstafinn í kverkunum. Mér líður ekki vel, mér er svo illt í maganum, segir Sandra. Þeir eru alveg að koma, vertu sterk, segir Lovísa sem er búin að gleyma eitt augnablik hvað henni er kalt. Þorsteinn og Lovísa sveifla höndum og Lovísa kallar, Hjálp! Hjálp! Hvað er langt í menninna, spyr Sandra lítil í sér. 10 mínútur elskan, 10 mínútur, teppi og heitt kaffi eftir smá stund segir Þorsteinn ákveðinn en hlýlega.

Ég er búin að kúka í mig, segir Sandra grátandi. Fjölskyldan horfir hvert á annað.

DÁNARFREGNIR

Föstudagurinn 29. September.

Vigdís Atladóttir vaknar fersk í föðurlandinu og ullarsokkum. Sólin skín inn um gluggann. Hún fer á fætur og teygir úr sér. Hún geispar og klórar sér í kollinum. Þykka rauða hárið hennar er úfið en fagurt. Hún elskar að vakna í þessum kofa. Hún kveikir upp í gamalli kamínu. Hún opnar síðan útihurðina, sólin skín í andlitið á henni. Hún þefar með nefi sínu, pírir augun, brosir fallega brosinu sínu og býður hálendinu góðan daginn. Það er snemma morguns, klukkan ekki gengin í níu. Veðrið er ágætt, það er skýað en samt er sólarglæta á himni. Vigdís starfar sem jarðeðlisfræðingur. Er þetta í fimmta sinn í röð sem hún kemur hingað upp eftir á haustmánuðum og vinnur við rannsóknir sínar. Þetta er toppurinn á tilverunni, ein uppi á hálendi í sex daga í þessum æðislega kofa. Ekkert rafmagn, engin hiti eða heitt vatn, ekkert símasamband. Talstöðin í bílnum hennar er eina sambandið hennar við umheiminn. Bara hún og náttúran í öllu sínu veldi. Hún sækir vatn úr 15 lítra tanki sem hún geymir fyrir framan kofann. Hún hellir vatni í pott sem hún setur á helluna á kamínunni. Því næst tannburstar hún sig og þrífur sig í framan. Með hreint andlit og komin í föt, stendur hún í dyragættinni og sötrar á kaffi sínu.

Kirsuberið í þessum draumaheimi er sturtu og salernisaðstaðan. Til þess að komast í heita sturtu og gera þarfir sínar þarf hún að labba í 5 mínútur upp litla hæð og niður aftur. Þar er lítill skúr með heitu vatni og klósetti. Fyrir framann skúrinn er hestagerði með þrjátíu hestum. Hún heimsækir hestana að minnsta kosti einu sinni á dag, stundum tvisvar, býður þeim góðan daginn og spjallar aðeins við þá. Hún á sinn uppáhalds sem hún kallar Blakk enda er hann svartur sem nóttin. Vigdís klárar úr bolla sínum, nú skal fara í sturtu. Sólin er farin, það er byrjað að rigna. Vigdís reimar á sig skóna, fer í regnkápuna, læsir kofanum og heldur af stað með röndótt, svart og hvítt handklæði undir handarkrikanum. Hún labbar upp hlíðina og sér skúrinn og hestana á leiðinni niður. Hún brosir ósjálfrátt og andar að sér lífinu. Hún fer inn fyrir girðinguna og klappar nokkrum hestum. Hún leitar að Blakk en finnur hann ekki. Svo allt í einu sér hún hann, hann er í hinum endanum. Augu Vigdísar opnast upp á gátt, þessi hestur dáleiðir hana í hvert skipti. Vigdís gætir ekki að sér og tekur ekki eftir því að tveir hestar, annar rauður og hinn grár eru að hnýtast í hvor öðrum. Í blindni sinni rekst Vigdís óvart á rauða hestinn sem bregst illa við og sparkar af öllum mætti í bakið á henni. Vigdís fellur með hausinn á undan sér. Hestarnir stíga nokkur spor og hneggja í takt. Blakkur horfir á í fjarska en byrjar svo að narta í bakið á fallegri meri sér við hlið. Vigdís emjar af sársauka og grenjar í leðjunni. Hún reynir að standa upp en lífið leyfir henni það ekki.

Föstudagurinn 29. September.

Leifur Jakobsen gengur í hægum skrefum en

öruggum niður Hlíðarhjalla í Kópavogi. Hann er á leiðinni til tannlæknis. Leifur er 85 ára, fyrrverandi flugstjóri og fjallgöngumaður. Hann er all þekktur garpur og hefur klifið marga tindana víðs vegar um heiminn. Á íslenskri grundu er ekki til sá hóll né tindur sem Leifur hefur ekki sett sitt mark á. Leifur hefur alla tíð verið mjög sjálfstæður og hann tekur það ekki í mál að fá skutl hingað og þangað hjá börnum sínum eða barnabörnum.

Nei takk! Segir hann og verður reiður ef hann fær ekki að ráða því. Leifur hefur ekki átt bíl í 33 ár. Þegar kona hans dó, þá seldi hann bílinn og hefur ekki átt bíl síðan. Hann elskar að ganga, hann segist enn muna eftir því þegar hann reis upp á hælana sína í fyrsta skiptið í Skerjafirðinum forðum daga. Hann var fljótur að læra að ganga og hefur gengið síðan, upp og niður og niður og upp. Ef hann er ekki á tveimur jafn fljótum þá velur hann strætisvagn. Honum líður vel í strætó og hefur alltaf gert. Leifur er félagsvera og finnst honum gaman að skoða samfélagið í ys og þys. Hann á mjög margar skemmtilegar minningar, vini og vandamenn sem hafa sótt vagninn með honum gegnum árin. Og ekki skemmir fyrir þegar fagurt fljóð með síða lokka sest við hliðina á honum. Hann hefur engan áhuga á gömlum kerlingum með fjólublátt hár og faðraðar kinnar eins og konan með göngugrindina hinum megin við götuna. Hann nennir ekki einu sinni að heilsa henni, hann hefur annað að gera.

Leifur lítur á úrið sitt og sér að hann er að verða seinn. Hann verður að skipta um gír, hann er fullfær um það enda í toppformi eins og hann tönnglast alltaf á. Hann gengur fyrir hornið á Dalveginum og skeiðar hraðari skrefum í vestur. Hann horfir aftur fyrir sig, engin strætó þar. Hann hlýtur að ná þessu hugsaði hann á meðan hann horfði á strætóskýlið.

300 metrar, 300 metrar, koma svo muldrar hann. Hann hafði ekki fyrr sleppt orðinu þegar vagninn þeytist fram hjá honum. Leifi bregður og setur stafinn sinn á loft. Leifur er mikill keppnismaður og hann gefst ekki upp, hann eykur hraðann. Þetta kapp er honum erfitt, það sést á grettum í andliti og augun eru byrjuð að vökna. Strætóinn hægir aðeins á sér þegar hann nálgast

skýlið en stoppar ekki og heldur áfram leið sinni. Leifur kallar í örvæntingu sinni í lágum rómi. Hann heldur áfram að gretta sig og nemur staðar 100 metrum frá skýlinu. Leifur er andstuttur og lerkaður. Hann staulast áfram, nú er það bara hausinn niður og eitt skref í einu hugsar hann. Reynslan skilar honum á áfangastað. Hann sest á bekkinn í strætóskýlinu. Hausinn er enn niðri, orkan er búin. Leifur er votur í munnvikinu og það dropar af honum. Var þetta síðasta orrustan hugsar hann. Leifur lyftir hausnum hægt upp, hóstar og kúgast og horfir von lítill fram í haustið.

Föstudagurinn 29. September.

Úlfur Arason situr upp við vegg brúnaþungur og starir stíft á þrjár ruslatunnur sem standa í röð í þröngu porti í vesturbænum. Ellefu fréttirnar eru að byrja á langbylgjunni. Hann er klæddur í svört jakkaföt og svarta lakkskó. Hvíta skyrtan hans er rifin og blóði drifin. Það er blautt í veðri. Honum er kalt en hann finnur samt ekki fyrir kuldanum. Hann er með skrámur í andliti og sár á hnúum. Úlfur kveikir sér í sígarettu. Hann sýgur rettuna fast. Hendur hans skjálfa. Þú verður að drulla þér héðan, hugsar hann. Afhverju getur hann ekki bara stoppað tímann, þá getur hann bara verið hér og horft á þessar tunnur, hugsar hann áfram og fær sér smók. Hann lokar augunum djúpt hugsi, milda haustlægðin dansar á andliti hans. Úlfur nýtur augnabliksins, hann finnur ró. Andartak síðar opnar hann augun, klárar rettuna og segir upphátt, drullaðu þér á lappir fáviti.

Úlfur er á leiðinni heim. Það eru fáir á ferli á þessari hliðargötu vestur í bæ. Flestir eru í vinnu eða í skólanum. Mótvindurinn er hvass, gul laufin falla til jarðar. Gæsir tvær láta gustinn bera sig. Droparnir leka niður bárujárnið. Úlfur hikar aðeins, lítur í kringum sig en labbar svo upp tröppurnar að húsi sínu. Svartur köttur situr við hurðina. Úlfur kinkar kolli og opnar fyrir honum. Hann fer úr skónum í anddyrinu og hlustar einbeittur á þögnina í húsinu. Kötturinn horfir á hann og mjálmar. Úlfur fer inn í stofu. Hann hreyfir sig hægt og hlustar eftir hljóði. Kötturinn sem eltir hann sem skugginn, horfir á.

Hver ert þú vinur? Spyr Úlfur köttinn. Þú ert ekki með neina ól. Kötturinn nuddast við fætur hans og mjálmar. Ertu þyrstur? Komdu. Úlfur fer inn í eldhús og kötturinn fylgir. Úlfur hellir mjólk í skál og setur á gólfið. Gjörðu svo vel. Kötturinn þefar af mjólkinni en stígur svo til baka. Viltu ekki mjólk? Þú ert skrýtinn köttur, segir Úlfur. Kötturinn mjálmar og hleypur svo fram á gang. Úlfur eltir hann í hægum skrefum. Hann stoppar svo í dyragættinni á svefnherberginu og sér köttinn í rúminu.

Þarna ertu segir Úlfur og brosir eilítið til hans. Kötturinn horfir niður á kærustu Úlfs sem liggur á gólfinu í blóðpolli, rétt svo með lífsmarki. Hún er vel til höfð, klædd í svartan kjól með fallegt gull hálsmen um hálsinn. Báðar augnabrýrnar hennar eru bólgnar og sprungnar, framtennurnar brotnar og það er búið að bíta hluta af nefinu hennar af. Þykkt blóðið fossar niður þrútnar kinnarnar og fallega dökka hárið hennar er að drukkna í sí stækkandi polli. Í óbærilegri þögn heyrist lágt skelfingar væl.

Hæ elskan, segir Úlfur og horfir stjarfur á hana.

Finnst þér þetta ekki sætur kisi?

Kærasta hans teygir út skjálfandi hönd sína með rauð tár á hvarmi. Úlfur tekur skref til baka inn á gang. Komdu kisi, segir hann. Kötturinn eltir. Úlfur fer inn í stofu, nær í vodkaflösku úr skáp fyrir ofan sjónvarpið og hellir í tvö glös. Skál, segir Úlfur og horfir á köttinn. Kötturinn horfir upp til hans, spurull og mjálmar.

Föstudagurinn 29. September.

Vigdís Atladóttir (1970-2017) Staður, Grábrók. Kl. 10:15
Hæð yfir sjávarmáli 621m.

Vigdís grætur stanslaust og berst fyrir lífi sínu. Því meira sem hún grætur því meira verkjar hana í líkamann. Hún liggur með hægri vangann í leðjunni og fylgist með skítugum hófum í örvæntingu sinni. Hún verður að komast á fjórar lappir annars deyr hún þarna, hugsar hún skelfingu lostin. Hún lyftir upp höfði og horfir í kringum sig. Hún öskrar eins hátt og hún getur.

HJÁLP! HJÁLP!

Hálendið svarar ekki kallinu. Hún starir fram fyrir sig. Okei Vigdís, það er nú eða aldrei, segir hún ákveðin. Hún rífur sig upp á hnén og öskrar af sársauka, hestarnir nálægt bregðast við. Hún er að missa jafnvægið, fórnar höndum og tekur ósjálfrátt í taglið á einum hestinum fyrir framan sig, sem ærist og sparkar beint í hausinn á henni. Vigdís höfuðkúpubrotnar og deyr samstundis.

Föstudagurinn 29. September.

Leifur Jakobsen (1934-2017) Staður, Kópavogur. Kl. 11:34
Hæð yfir sjávarmáli 77,6m.

Leifur þakkar fyrir sig og lokar bílhurð á gamalli Hondu Civic fyrir framan Turninnn í Kópavogi. Maður á þrítugsaldri sá Leif vera að bugast á bekknum í strætóskýlinu og bauð honum far. Ungi maðurinn vildi nú helst skutla þeim gamla á sjúkrahús en Leifur þvertók fyrir það. Hann er orðinn seinn til tannlæknis og þangað skal hann fara. Leifur horfir á eftir bílnum, snýr sér svo við og sligast í átt að hringhurðinni. Þegar þangað er komið, bifast hurðin ekki. Er þetta bilað þetta helvítis drasl, muldrar Leifur. Hann labbar hægt að næstu hurð. Hann rétt nær að opna hana. Hurðin var þung og Leifur orkulítill. Konu í afgreiðslunni bregður í brún þegar hún sér hann og spyr hvort allt sé í lagi.

Haaa? Hvað segir þú? Hvíslar Leifur, sveittur og náfölur. Leifur labbar þungum skrefum framhjá afgreiðslunni og stefnir á lyfturnar. Konan er áhyggjufull á svipinn en lætur hann afskiptalausan. Leifur ýtir á takkann í veggnum og lyftuhurðin opnast strax. Hann fer inn. Lyftuhurðin lokast. Leifur er einn í lyftunni. Hann ýtir á K með skjálfandi hendi. Lyftan fer niður, Leifur verður hugsi. Lyftuhurðin opnast í kjallaranum. Leifur tekur eitt skref fram og horfir út á gang, nei þetta er ekki rétt, segir hann við sjálfan sig í lágri röddu. Hann horfir svo á takkanna og ýtir á 20. Hann er á leiðinni á toppinn, hvað annað. Lyftuhurðin lokast. 27 sekúndum seinna opnast hurðin. Leifur liggur á lyftugólfinu meðvitundarlaus, hjartað er hætt að slá.

Föstudagurinn 29. September.

Úlfur Arason (1976-2017) Staður, Reykjavík. Kl. 13:28

Hæð yfir sjávarmáli 3,4m

Lífið milli trjánna þýtur framhjá. Roy Orbinson

syngur hátt og snjallt um drauma í stofunni. Kærasta Úlfs hóstar upp blóði í svefnherberginu. Hún kreppir hnefann og andar út með nefinu. Ég má ekki gefast upp, vertu sterk, hugsar hún. Ég verð að finna síma, hvar er síminn minn, hugsar hún áfram á meðan hún starir upp í loft og reynir að skríða á bakinu með lappirnar á undan. Úlfur, Úlfur kallar hún lágum rómi. Úlfur liggur í baði með lokuð augun. Tóm vodkaflaska er í vaskinum. Úlfur er að skipta litum. Blóðrautt vatnið seytlar niður á gólf. Svarti kötturinn svalar þorsta sínum. Úlfur er dáinn.

FJÖLSKYLDUBÖND

Amma Þorbjargar situr í uppáhalds stólnum sínum og starir út um stofugluggann. Hún sekkur djúpt niður í þennan vínrauða hlunk. Leðrið lætur í sér heyra við minnstu hreyfingu. Hún elskar að horfa á þrestina leika sér í veröldinni þarna úti. Í stólvasanum hægra megin, geymir hún lítinn kíki sem hún notar oft og iðulega þegar hún fylgist með fuglunum. Hún talar við þá allan daginn og hefur gefið þeim öllum nafn. Hún fer stundum út á stétt á sumrin með göngugrindina og gefur vinum sínum epli og rúsínur að éta og spjallar um daginn og veginn. Tíminn er fljótari að líða ef hún fær heimsóknir, fjölskylda hennar kemur reglulega til hennar og hún kann að meta það en fuglarnir gefa henni enn meira. Sumir þeirra koma í garðinn allt árið, í leit að æti. Gamla konan gengur úr skugga um að það sé oftast eitthvað handa þeim að kroppa í. Garðurinn er fastur viðkomustaður ár hvert hjá mörgum af þessum fuglum. Olga vinkona hennar hjálpar henni og er algerlega ómissandi í lífi þeirrar gömlu. Fyrir nokkrum árum var sú gamla orkumikil, félagslynd og áhugasöm í sínu daglega amstri en í dag er staðan önnur, hún hefur misst allan kraft, hún er í sínum eigin heimi mest allann daginn. Situr í þessum stól frá morgni til kvölds og starir út í garð í þessu stóra húsi á hæðinni. Hún neitar að fara á elliheimili. Hún segist alveg geta bjargað sér sjálf, Olga kemur einu sinni á dag, þvær þvottinn, tekur til og eldar mat fyrir hana svo hún er í góðum höndum segir hún við alla sem hafa áhyggjur af málinu. Börnin hennar eru þau sem hafa mestu áhyggjurnar. Dæturnar hennar tvær eru báðar stjórnsamar að henni finnst. Þær eru báðar fullorðnar framakonur með sínar eigin fjölskyldur. Þegar þær eru í heimsókn berst talið alltaf í þá áttina að nú verði að fara gera eitthvað, selja þetta stóra hús og kaupa litla íbúð eða fá pláss á heimili. Fuglahvíslarinn er á öðru máli og þarf alltaf að berjast fyrir sínu. Hún er ekki að fara neitt, hér hefur hún verið öll sín fullorðinsár, þetta er hennar griðastaður og ef hún fengi að ráða þá myndi hún lognast út af í stólnum sínum með kíkinn í hönd. Dætur hennar skilja ekkert í henni og hrista bara hausinn þegar mamma þeirra er hætt að hlusta og er farin að tala við Gunnu og Láru og alla hina söngvarana.

Þorbjörg situr í bílnum sínum í innkeyrslunni. Hún er með galopna rúðu á rauðu, ryðguðu mözdunni sinni og reykir sígarettu. Hún hafði verið í heimsókn hjá ömmu sinni. Á meðan hún reykti lét hún hugann reika. Hana vantar pening. Hún bæði skuldar fullt eftir síðustu helgi og það er stutt í þá næstu. Hún veit hvar skartgripirnir eru í húsinu. Á hún að gera þetta? Hvernig á hún að gera þetta? Hún er þungt hugsi og sígur rettuna fast. Hún er löngu hætt að nota þessa skartgripi og ég á rétt á arfi, heldur Þorbjörg áfram að hugsa. En hvernig á ég samt að gera þetta. Hún sér Olgu hjúkrunarfræðing ganga upp að húsinu. Hún er fljót að hugsa, stekkur út úr bílnum og heilsar

Olgu blíðlega. Saman fara þær inn í hús.

Svakalega er þetta flott úlpa, segir Þorbjörg.

Takk fyrir, segir Olga hlýlega og brosandi með pólskum hreim.

Olga fer inn í stofu og heilsar upp á gömlu konuna. Þorbjörg kallar í áttina til þeirra og segir, hæ amma mín, ég er komin aftur, ég þarf svo mikið að pissa. Amma hennar heyrir varla í henni enda uppteking við gluggann. Olga brosir og fer svo inn í eldhús og hitar vatn í tekatlinum. Þorbjörg horfir á sig í speglinum inn á baði. Hún er hugsi, hún veit ekki enn hvernig hún á að gera þetta. Hún gengur varlega fram á gang, hún gægist fyrir hornið og sér Olgu bera fram te inn í stofu. Hún heyrir að Olga ætlar að fara niður í kjallara og þvo þvott. Um leið og hún er úr augsýn valsar Þorbjörg inn í svefnherbergi ömmu sinnar, dregur fram skúffu úr fataskápnum, opnar fallegt, skartgripabox og sópar til sín öllum skartgripunum. Með troðfulla vasa og enga samvisku gengur hún hljóðlega en örugglega fram í anddyri. Hún horfir í átt að stofunni og sér ömmu sína að tala við sjálfan sig. Þorbjörg fer í skóna og opnar svo fatahirsluna og festir augun sín á fallegu úlpuna hennar Olgu. Hún leitar í vösunum. Hún heyrir í Olgu koma upp stigann, hún opnar útihurðina varlega og flýtir sér út með krepptan vinstri hnefann. Dagurinn leið sinn vanagang, sú gamla sat í stól sínum fram á kvöld. Olga þvoði þvott, straujaði rúmföt og eldaði kvöldmat. Þegar hún hafði kysst vinkonu sína bless og var á leiðinni út, fann hún ekki bíllykla sína. Hún skildi ekkert í þessu, leitaði í vösunum fram og aftur og út um allt hús. Sem örþrifaráð fór hún út í bíl, hún tók strax eftir því að hann var ólæstur og lykillinn blessaður í svissinum. Henni fannst þetta afar furðulegt, en sætti sig þó við orðinn hlut, glöð að leitinni var lokið. Þorbjörg gerði sér glaðan dag þetta sama kvöld, borgaði skuldir sínar og hitti vina sína á bar í miðbænum.

Daginn eftir hringdi hún í ömmu sína og sagði henni frá því að hún væri að fara á ball um kvöldið og að hana langi rosalega mikið að fá lánaða gullhálsfesti sem amma hennar á, hún sé að fara á stefnumót með sætum strák og langi að vera vel til höfð. Ömmu hennar hefur alltaf þótt Þorbjörg vera frekar erfið og til vandræða með sínum uppátækjum gegnum tíðina en þykir samt afskaplega vænt um hana engu að síður og svaraði hennar fyrirspurn með jákvæðum huga. Þorbjörg var afar ánægð og einlæg í símanum og þakkaði ömmu sinni vel fyrir.

Seinna sama daginn hringdi amma hennar í hana alveg miður sín og sagði henni að allir skartgripirnir væru horfnir. Þetta var átakanlegt símtal, Þorbjörg hafði aldrei heyrt ömmu sína vera svona sorgmædda. Uppi varð fótur og fit í fjölskyldunni, framakonurnar tóku af skarið, hlupu til og kærðu málið til lögreglunnar. Rannsóknin fór mjög illa í gömlu konuna, henni þótti þetta afar ömurlegt og skildi bara ekki hvernig þetta gæti hafa gerst. Það tók líka mikið á hana að Olga vinkona hennar var ekki lengur til staðar. Á meðan hún liggur undir grun hjá lögreglunni fær hún ekki að koma í heimsókn. Gömlu konunni fannst þetta algjörlega fráleitt. Aldrei í lífinu myndi hún trúa þessu upp á hana.

En fjölskylda hennar var ekki á sama máli, þeim fannst þetta nokkuð augljóst. Á löngum og stífum krísufundum við gamla borðstofuborðið, hópaðist fjölskyldan saman og ræddu málin í þaula. Dætur hennar tvær voru mjög æstar og hreinlega reiðar, sögðu að nú væri þetta komið gott, nú bara verða þau að selja þetta hús, þær geti ekki hugsað sér að vita af mömmu sinni einni með þessu glæpahyski. Hugsaðu þér ef einhverjir menn hefðu verið hérna með henni, ég get bara ekki hugsað þá hugsun til enda, sagði eldri systirin. Þeir eru allir eins þessir pólverjar tautaði eiginmaður hennar. Gamla konan getur ekki hlustað á þessa þvælu, hún er búin að eldast um nokkur ár á nokkrum dögum, hún mátti nú varla við því. Þessi reiði múgur í stofunni hennar er henni ofurefli. Einu vinir hennar eru úti í garði að syngja og geta lítið fyrir hana gert. Gömlu konunni leist ekki á blikuna, hún var orðin hrædd um að hún myndi missa allt, húsið sitt, fuglana og elsku Olgu sína.

Næstu daga lá hún í rúminu til hádegis, hún hafði ekki viljann til þess að fara fram úr, hún var kvíðin og með miklar áhyggjur. Verst þótti henni að geta ekki heilsað vinum sínum í garðinum árla morguns eins og hún hafði iðulega gert síðustu árin, hún fann á sér að fuglarnir voru þungt hugsi og uggandi sömuleiðis. Um eftirmiðdaginn, átta dögum frá innbrotinu hringdi lögreglan í hana og sagði henni til mikillar mæðu að málið væri upplýst. Olga Kaczmarek hefur verið handtekin. Gullarmband gömlu konunnar með nafni hennar fannst í hanskahólfinu í bíl Olgu.

BRÉFIÐ

16. Júlí 1981

Ég er kominn á endastöð, get ekki meira. Þú hefur vitað það lengi að þetta líf mitt er vonlaust. Ég er bara orðinn svo þreyttur, get ekki barist lengur. Æskan mótar manninn, sárið nístir mitt hjarta. Allt þetta ranglæti, misnotkun og niðurlægingar, sál mín er brotin, ég bara get ekki meir. Að skilja þig eina eftir með þessu fólki hryggir mig en þú hefur alltaf verið sterkari en ég og ég veit og vona að þú komist burt frá þeim. Ég er ekki hræddur núna, ég er glaður. Ég hlakka til þess að faðma það sem bíður mín. Dagurinn í dag var sá besti sem ég hef upplifað. Þvílík gæfa sem það var að finna þessa uglu undir brúnni. Kraftaverk. Hún leyfði mér að taka sig upp og svo sat hún í farþegasætinu á meðan ég keyrði heim uppá bæ. Hún var svo gæf, horfði á mig allann tímann með þessum stóru augum. Fyrsta skiptið í mörg ár var gleði í húsinu. Þorkell frændi og Sigrún virtust mannleg í skamma stund. Manstu þegar uglan át saltkjötið úr lofa mínum, Þorkell brosti út að eyrum og Sigrún spilaði á orgelið. Enginn gestur í gegnum tíðina hefur haft svona djúpstæð áhrif á okkur. Einn bjartur dagur í helvíti.

Ég er þakklátur. Hér sit ég í bílnum og horfi upp hlíðina á fjallinu mínu. Uglan er hjá mér. Hún situr sem fyrr í farþegasætinu og bræðir mig með augum sínum. Það er mögnuð upplifun að horfa á sjálfan sig í næsta lífi. Ég og uglan erum eitt. Ég bara veit það, ég finn það á mér. Stórkostleg lífsreynsla. Mig hefur alltaf langað til þess að vera fugl, fljúga eins langt og augað eygir. Ég hélt alltaf að ég væri Örn en ég hafði rangt fyrir mér, ég er ugla. Falleg svört ugla. Nú fer ég í mína síðustu göngu í átt að skýjunum. Þessi fallegi dagur endar vel. Ég vona að þetta bréf rati til þín. Ég elska þig Ingibjörg. Þú ert eina manneskjan sem ég hef elskað í þessu lífi. Vertu hugrökk og sterk og finndu leið til að komast burt. Ég mun fljúga um loftin blá og einn daginn kem ég og heimsæki þig og ét úr lófa þínum.

Bless elsku systir.
Kjartan Ugla.

TVÍFARINN

Ljósastaurarnir hristust í götunni, annað hvort voru þeir svona spenntir að sjá Þormóð frænda eða þetta var bara þessi skarpi jarðskjálfti sem reið yfir höfuðborgarsvæðið. Hristingur í skorpu jarðar stutt frá Kleifarvatni átt sér stað nákvæmlega á þessum tímapunkti þegar Þormóður gekk upp að húsinu. Kippurinn mældist 4,7 á richterkvarða í gamalli tölvu á veðurstofu Íslands. Þormóður var ekki var við eitt né neitt, sá hvorki stauranna né rúðuna í stóra þríhyrnda glugganum við hliðina á útihurðinni titra. Þormóður horfir inn um gluggann, augað sér fram í stofu og út aftur í gegnum glugga er snýr í átt að sjónum. Hafið er spegilslétt enda veðrið með afbrigðum gott. Augað sér einnig aftur fyrir sig, er staurinn sem hristist á ný speglast í rúðunni. Frændi finnur eitthvað á sér, hann horfir í kringum sig einbeittur en yppir svo öxlum. Hann snýr húslyklunum til hægri og opnar hurðina, gengur inn og lokar á eftir sér. Hann hefur aldrei séð húsið svona tómlegt, engin húsgögn, engar plöntur í gluggunum eða málverk á veggjunum. Eyrað heyrir í Franz Schubert á meðan eigandi þess, gengur um húsið og minnist gamalla tíma. Hann sér mömmu sína í eldhúsinu, hún er að baka skonsur á Páskadag, hún er í gulum sumarkjól með hvíta hárspöng, hún er ung þarna, í blóma lífsins, Skarphéðinn yngri bróðir Þormóðs var ekki enn fæddur. Frændi gengur í gegnum móður sína og skrúfar frá kalda vatninu í eldhúsvaskinum. Hann skvettir á sig frumkrafti, andar djúpt inn og strýkur skeggið. Hann klórar sér aðeins í nefinu og hallar svo höfðinu fram til hliðar og fær sér vatn að drekka úr krananum. Í beinni sjónlínu bak við blöndunartækið sá Þormóður blaðabunka í glugganum fyrir framan þar sem eldhúsborðið var einu sinni. Hvaða pappírar eru þetta, hugsaði hann með sér. Staflinn samanstóð af fimm óopnuðum bréfum frá hitaveitunni, honum fannst hálf undarlegt afhverju bréfin voru þarna út í glugga, hann hélt að hann væri sá eini með lykla að húsinu, hann stóð skammt við í þeim hugarheimi, hann opnaði eldhússkápinn þar sem djúpu diskarnir og ísskálarnar voru eitt sinn, hann sér þar tímarit, eitt og yfirgefið, hann frelsar ritið úr prísund sinni í skiptum fyrir fimm ógreidda reikninga. Hann leggur tímaritið á borðið og les nafnið á því upphátt, Bændablaðið.. Hann flettir blaðsíðunum áhugalaus, staldrar svo við og flettir til baka á blaðsíðu fjórtán, hann horfir einbeittur á síðuna. Þetta getur ekki verið, segir hann við sjálfan sig, hann tekur tímaritið upp af borðinu og starir á mynd af sjálfum sér sem var í ferhyrndum ramma efst hægra meginn á síðunni, myndin var frekar nýleg af honum, hann þekkti sjálfan sig en ekki bakgrunninn á myndinni, einhver ryðgaður skúr við bryggju og fjöll í fjarska. Nei hættu nú, segir hann enn á ný við sjálfan sig þegar hann les nafnið undir myndinni, Grímur Þórðarson.. Hver í andskotanum ert þú, spyr Þormóður sjálfan sig þunnu hljóði.

Flugan kastast út, vonandi bítur einhver á agnið. Það er ansi veiðilegt hér í kvöld, veðrið lygnt, smá úði, næturhiminn silkimjúkur, skjannahvítir og ljósgráir koddar láta fara vel um sig. Litlir dropar kyssa yfirborðið, Þormóður veit hvar bleikjan liggur, hún er þarna undir bakkanum hinum megin. Hann dregur hægt inn og passar að hafa engan slaka á línunni. Flugan er komin til baka, Þormóður horfir og hlustar á ánna, himbrimapar vælir angurvært í hlíðinni stutt frá. Flugan fer aftur á stjá, hún er nákvæmlega þar sem hún á að vera, Þormóður er einbeittur, hann fær högg og kippir stönginni snögglega upp, bleikjan spriklar og buslar og reynir að hrista sig lausa en án árangurs, dagar hennar eru taldir, Þormóður kippir flugunni úr munnvikinu, lemur fiskinn létt með hamri og blóðgar hann. Ágætis máltíð, tvö til þrjú pund, hugsar Þormóður þegar hann setur fiskinn í poka.

Blessaður og sæll vinur, segir Skarphéðinn í svörtum vöðlum með stöng í vinstri hendi. Þormóður snýr sér við með beygð hnén.

Skarphéðinn! Hvað ert þú að gera hér?

Ertu hissa að sjá mig?

Já... Hvernig vissir þú að ég væri hér?

Ég bara fann það á mér, Skarphéðinn brosir.

Jahá... Þetta er alveg magnað, velkominn bróðir, Þormóður brosir.

Er eitthvað líf?

Jájá, það er fullt af fiski hérna, ég var að landa einni.

Já ok, stór?

Neinei ekkert svo, þrjú pund kannski, en það er bara fínt.

Jájá ekkert að því.

Við skulum hvíla þennan stað aðeins, en við getum farið aðeins neðar, það er annar hylur þar, mjög veiðilegur, sviðið er þitt minn kæri. Þormóður réttir bróður sínum litla bjórdós, opnar sína og fær sér stóran sopa. Þormóður og Skarphéðinn ganga rólegum skrefum um þúfur og gjótur að næsta veiðistað. Bræðurnir skiptast á að kasta út, bleikjan liggur í valnum.

Enn neðar í ánni, breikkar töluvert á milli bakka, svartur sandgarður með teppalögðum steinum teygir sig út í miðja á. Birkikjarr myndar skjólvegg fyrir ofan úfinn grasbalann er mætir árveginum. Skarphéðinn tekur þrjár vænar bleikjur og sker á maga þeirra og tekur innyflin út, því næst flakar hann fiskana, lítill pollur á steinabeðinu nýtist vel. Hann tekur beinin með töng og stráir salt og pipar yfir bleiku flökin. Þormóður kemur tómhentur úr ánni.

Já sæll, kallinn með allt á hreinu.. Vel gert!

Það er ekki nóg að veiða bara, það þarf að éta þetta líka.

Þokkalega..

Skarphéðinn skrúfar frá tveimur litlum útilegu gaskútum og setur eina pönnu og einn pott á sitthvorn. Hann byrjar á því að rista möndluflögur á þurri pönnunni. Að því loknu bræðir hann hálft smjörstykki í pottinum, sigtar capers úr krukku í lófa sínum og hendir því með. Stór klípa af viðbiti fer á pönnuna, sex bleikjuflök liggja þröngt á roðinu í smjörbaði, það sisslar í pönnunni, þremur mínútum síðar er máltíðin klár. Miðnætursólin sker gat á koddana, bræðurnir borða af innlifun með sólina í andliti.

Veist þú hver Grímur Þórðarson er? Spyr Þormóður forvitinn.

Já, ég veit hver það er, segir Skarphéðinn feimnislega.

Hvernig veist þú hver það er?

Ég hef bara alltaf vitað það. Ég fékk svarið í vöggugjöf.

Fékkstu svarið í vöggugjöf? Hvað ertu eiginlega að meina? Hver er þessi maður?

Grímur Þórðarson er þú sjálfur. Skarphéðinn lítur einlægur á bróður sinn.

Er Grímur Þórðarson ég sjálfur, nú er ég ekki að skilja þig..

Þú fæddist tvisvar bróðir sæll.

Fæddist ég tvisvar! Skarpi, komm on... Er þetta eitthvað grín?

Nei, þetta er ekkert grín væni minn.. Ég hef alltaf vitað þetta innst inni, ég veit ekki hvernig en þessi vitneskja hefur alltaf fylgt mér, alveg frá því að ég man eftir mér.

Settir þú eitthvað í sósuna? Ég hef bara áhyggjur af þér vinur, Þormóður horfir einbeittur á bróður sinn. Skarphéðinn stendur upp.

Heyrðu... Það er einhver að koma þarna upp ánna.

Hver? Hvar? Þormóður stendur upp sömuleiðis og reynir að finna ferðalanginn. Skarphéðinn horfir í gegnum kíkirinn sinn.

Hver er þetta? Sérðu hver þetta er ? Þormóður er forvitinn.

Mér sýnist þetta vera þú.

Ég!? Er þetta Grímur?! Leyfðu mér að sjá!

Bíddu hann hvarf..

Haa! Þormóður er orðinn spenntur.

Hann hefur farið niður í einhverja dæld, hann hlýtur að birtast aftur.

Láttu mig fá kíkirinn! Sagði Þormóður ákveðinn. Skarphéðinn réttir honum kíkirinn hikandi. Í sjónaukanum sér augað hreyfingu í kjarri, hönd birtist og ýtir stórri grein frá, andlit birt....

Vekjaraklukkan hringir...

BÍÓDAGAR

Ég man þegar ég gekk frá íbúðinni minni á spítalann. Ég vissi svona nokkurnveginn hvar hann var, fyrr um morguninn skoðaði ég borgarkort með svarta kaffinu og kortlagði bestu leiðina, ég uppgötvaði að leiðin var ekkert svo löng, ég þekkti eina götuna vel, ég hafði farið til tannlæknis þar, setið á kaffihúsi og farið á tónleika á þekktum rokkstað. Ég væri nú alveg til í að gleyma þessum tónleikum sem fyrst, en ég man mjög vel eftir skemmtistaðnum, gamalt leikhús sem var gefið nýtt líf. Þegar ég var kominn framhjá staðnum var ég hálfnaður á leið minni. Ég þurfti að ganga út götuna til enda, fara yfir stóra umferðargötu og beygja til hægri inn litla hliðargötu, framhjá Hotel Prague Apartments sem mátti muna sinn fífil fegurri og framhjá kvikmyndastúdíóinu þar sem ég var einmitt með bekknum mínum fyrir mánuði síðan að læra upptökustjórn á sjónvarpsleikriti. Ég vann með tveimur Frökkum og einum Spánverja, við bjuggum til sviðsmynd og skrifuðum handrit fyrir eitt atriði úr leikriti sem fjallaði um flugfreyju sem kemur að manni sínum í samförum með kynlífsdúkku. Við skírðum verkið "Bad Luck". Frakkarnir tveir voru á gólfinu á meðan ég og Spánverjinn sátum uppi í upptökustjórn og klipptum live á milli upptökuvéla, skemmtilegt verkefni í minningunni. Þegar stúdíóið var í baksýn lá leiðin aftur til vinstri í áttina að ánni, lítill almenningsgarður tók við í framhaldinu, fallegur garður með stórum trjám og gosbrunn sem miðdepil, þarna sá ég hauslausa manninn í fyrsta og eina skiptið, maður í jakkafötum með regnhlíf en engan haus, mér fannst þetta alveg geggjaður gjörningur og kannski helst út af því að hann var ekkert að leika og bíða eftir lófaklappi, þetta var bara maður á leiðinni heim úr vinnu, ég elti hann í góðan klukkutíma þarna um vorið, mér fannst þetta svo flott. Leiðin lá nú upp með ánni, eftir gatnamótin hjá brúnni Cechúv Most var spítalinn í fimm mínútna fjarlægð inn til hægri. Þessi göngutúr hefði verið mun skemmtilegri ef ég hefði ekki verið svona haltur og þjáður í fætinum, svo var líka skítkalt og smá rok, veðrið var bjart en

mjög kuldarlegt samt, litlar snjóflygsur þutust
undan fótum mínum á gangstéttinni.

Breiðir, langir gangar á móti hvor öðrum voru
beggja vegna á móti stigaganginum í anddyrinu.
Gangarnir voru nöturlegir, veggirnir voru í
tveimur litum, sægrænir frá gólfi, hvítur litur tók
svo við upp frá miðju, hvíti liturinn var samt
eiginlega ljósbleikur, hugsanlega út af því að
veggurinn hafði ekki verið málaður í áratugi eða
kannski var þetta bara út af birtunni, sólinni sem
skein skært inn um stóru glugganna vinstra megin
við mig. Eftir að hafa labbað hálfan ganginn og virt
fyrir mér skilti og merkingar á hurðum, sneri ég
við, ég skildi ekkert í tungumálinu, það eina sem
ég gat sagt var „takk" og „bjór". Aftur kominn á
byrjunarreit, fór ég upp stigaganginn, upp á aðra
hæð, afgreiðslan varð sýnileg, tvær konur í eldri
kantinum í hvítum læknasloppum sátu bak við
gler, önnur þeirra bauð mér góðan daginn á
tékknesku. Ég kinkaði kolli til hennar glaðlega og
spurði á ensku, can you speak english? Hún brosti
til mín og hristi hausinn. Hún sagði eitthvað við
mig sem ég skildi ekki og benti á nokkra stóla sem
voru upp við vegginn. Önnur hæðin var
nákvæmlega eins og jarðhæðin að undanskildri

afgreiðslunni. Þriðja og fjórða hæðin eru örugglega alveg eins líka, hugsaði ég með mér á meðan ég sat þarna einn í flögnuðum tréstól. Ég beið í dágóðan tíma fannst mér, en svo kom til mín ungur maður, ekkert mikið eldri en ég, hann heilsaði mér á ensku og spurði mig hvað væri að hrjá mig. Ég sagði honum frá ástandi mínu, að ég hafi verið að spila fótbolta með vinum mínum, eftir harða tæklingu varð ég stokkbólginn á kálfa, tveimur vikum seinna var bólgan enn ekki farin, hún hafði stækkað enn meira, sársaukinn og óþægindin urðu meiri og núorðið ætti ég erfitt með gang. Læknirinn kinkaði kolli og fylgdi mér aftur niður á fyrstu hæðina, inn sama ganginn og ég fór þegar ég kom, nokkrum metrum frá því þegar ég sneri við opnaði hann hurð og bauð mér með sér, þar var setustofa með nokkrum tréstólum, ung kona sat bak við gler og var að leggja kapal. Læknirinn sagði eitthvað við hana og hún svaraði til, leit upp til mín, bauð mér góðan daginn á ensku og bað mig um að bíða á einum stólnum. Mér var farið að lítast betur á þetta, ég var allavegana í öruggum höndum, fannst mér. Önnur ung kona opnaði hurð við hliðiná afgreiðslunni og bauð mér inn fyrir. Þetta var afar falleg kona, svolítið sérstök í útliti, hún var jafnvel aðeins yngri en ég, dökkhærð með föla húð, grannvaxin með há kinnbein, stóran tanngarð og græn augu, hún minnti mig smá á leikonuna úr kvikmyndinni The Shining. Hún talaði enga ensku en með handahreyfingum kom hún því til skila að hún vildi mig úr buxunum. Ég hlýddi henni hálf feiminn. Hún skoðaði á mér fótlegginn vandlega, því næst benti hún mér á að ég skyldi snúa baki í hana, standa í fæturna og liggja með magann á bekk fyrir framan mig. Nokkrum sekúndum síðar tók hún nærbuxur mínar niður, glennti fætur mína aðeins í sundur og potaði svo putta sínum í endaþarminn á mér. Inn... Út... sagði Eggert eitt sinn og þannig var það í mínu tilfelli, konan tók af sér latex hanskana, henti þeim í ruslið og gaf mér merkingar að ég skyldi klæða mig. Á tréstól beið ég á ný, stuttu seinna kom læknirinn með stól á hjólum og útskýrði fyrir mér á meðan hann keyrði mig inn ganginn á móti þeim sem ég var á, að nú skyldi ég fara í segulmyndatöku. Eftir aðra bið á nýjum tréstól fór myndatakan fram, tréstóllinn góði tók við mér á nýjan leik og bar þungann hljóður í bragði, rétt eins og ég á meðan nýjar fréttir bárust. Ég var búinn að vera innan um sægræna og hvíta veggi meira en hálfan daginn, sólin var á niðurleið. Garnagaulið ómaði í

maganum á mér þegar miðaldra hjúkrunarkona
kom til mín með hjólastól, hún gaf mér far upp á
fjórðu hæð þar sem herbergi beið mín. Tvö rúm
voru upp við vegginn sitthvoru meginn, meðalstór
gluggi mitt á milli þeirra sneri út í litinn garð með
frosnum blómabeðum. Veggirnir í herberginu
voru tvílita eins og gangarnir nema þeir voru
ljósgulir og brúnir. Á einu rúminu lá hvítur
náttkjóll merktur spítalanum, hjúkrunarkonan gaf
til kynna að ég skyldi skipta um föt og bíða átekta.
Það var farið að skyggja þegar enskumælandi
læknirinn kom til mín með möppu í hendinni,
hann útskýrði fyrir mér að ég væri með blóðtappa
í lærinu og það væri mjög mikilvægt að bregðast
fljótt við með blóðþynnandi lyfjum svo tappinn
kæmist ekki enn ofar í stofnæðina og myndi
þannig skjótast í lungun sem væri grafalvarlegt
mál. Ég játtaði við öllu sem hann sagði og lagðist
svo í rekkju. Sama kvöld fékk ég mína fyrstu
sprautu í lærið og versta kvöldmat í manna
minnum. Ég veit ekki enn hvað þetta var á
disknum, ljósgrá stappa með gömlu brauði. Fyrsta
nóttin var skrýtin, þarna var maður einn og
yfirgefinn, óviss um alvarleika málsins, ég lá
andvaka og heyrði öðru hvoru í tungumáli sem ég
skildi ekki, á endanum sofnaði ég svo.

Daginn eftir drakk ég te og borðaði gamalt brauð með smjöri í morgunmat. Ég hringdi í foreldra mína og sagði þeim fréttirnar, þeim var auðvitað brugðið, því næst hringdi ég í frænda minn sem var ræðismaður Íslands í borginni og eigandi eins þekktasta veitingarstaðar í Prag. Þegar ég flutti til borgarinnar tók hann mér opnum örmum, ég þekkti manninn ekki neitt, aldrei hitt hann en hann reyndist mér afar vel, reddaði mér íbúð sem var tveimur hæðum fyrir ofan veitingastaðinn, í þessu sama húsi var fyrsta starfrækta bíóhúsið í borginni. Íbúðin var í hálfgerðri niðurníðslu en hún hafði allt til alls samt og hún var stór og hátt var til lofts. Á sjúkrabeðinu bað ég frænda minn um greiða, ég spurði hann hvort hann gæti komið með hleðslutækið mitt fyrir símann og fartölvuna mína, ekkert mál sagði hann. Um eftirmiðdaginn kom hann með fullar hendur af góssi, tölvutaskan mín hékk á öxlinni hans, hann var með hvítan frauðplastbakka frá veitingastaðnum sem innihélt tvöfaldan ostborgara, franskar og fjögur bréf af tómatsósu, þetta var eins og að opna skjalatösku Marcellus Wallace nokkurs, glóandi gull er kallaði á þig. Frændi minn var ekki hættur, hann gaf mér líka nýjan síma beint úr kassanum Motorola Z8, svaka græja með loki og öllu. Hann sagðist ekki hafa fundið hleðslutækið svo hann keypti bara nýjan síma. Með í pokanum var Toblerone súkkulaði, þrjár vatnsflöskur, tvær coca cola flöskur og tvær bækur, Greifinn af Monte Cristo í enskri þýðingu og Leviathan eftir Philip Hoare, ég þekkti ekki þá bók, en hvalurinn á bókakápunni gaf til kynna að þetta væri eitthvað áhugavert.

Í sama húsinu og bíóið var forðum daga, bjó íslenskur rithöfundur og leikstjóri á einni hæð fyrir ofan mig, við urðum ágætis vinir. Fyrsta ráðið sem hann gaf mér var að vinna aldrei með börnum eða taka upp atriði í vatni hvort sem það var út á sjó eða einhversstaðar annarsstaðar, það væri ekkert nema vesen. Fyrsta stuttmyndin sem ég gerði í náminu var með barni í aðalhlutverki sem drukknaði í á að vetralagi, maður þarf stundum að brenna sig sjálfur.. En kallinn var flottur, mikill húmoristi og klár í faginu, hann frétti af mér á sjúkrahúsinu og kom í heimsókn, það var fallega gert af honum. Eldri bróðir minn sem var búsettur í Kaupmannahöfn flaug yfir austan blokkina og gaf mér félagsskap í nokkra daga, hann gisti í íbúðinni minni, heimsótti mig einu sinni á dag og drakk svo Absinth á barnum fram undir morgun.

Svona leið fyrsta vikan, frekar hratt og örugglega, líkami minn tók vel við lyfjagjöfinni og læknirinn minn var ánægður með gang mála.

Á vindasömu mánudagskvöldi eftir vikudvöl fekk ég herbergisfélaga, tékkneskur karlmaður á sjötugsaldri, stórgerður og hrjúfur í andliti, handleggirnir feitir og ístran harðari en steinninn uppi á Esju. Hann var hálfgerður hvalreki, minnti mig á spendýrið sem rak upp á land í bókinni sem lá hliðina á mér í rúminu. Fyrstu tvo dagana svaf hann frá morgni til kvölds, hrjótandi látlaust. Ég svaf lítið sem ekkert vegna hávaðans. Á þriðja degi var hann í rannsóknum allan daginn, þá fekk ég kærkomið frí. Við borðuðum kvöldmat saman, sátum á móti hvor öðrum í rúmum okkar, mér leist nú lítið á blikuna eins og vanalega þegar matarbakkinn var annars vegar en sá gamli var á öðru máli, hann mokaði matnum í sig. Ég vissi að það þýddi ekkert að tala við hann, það væru engar líkur á að hann talaði ensku, ef hann kynni málið, þá væri ég ekki einu sinni viss hvort ég myndi nenna að tala við hann. Við áttum ekki að heima á sömu plánetunni, það var himinn og haf á milli okkar, mér finnst stundum gaman að tala við gjörólíkt fólk en í þessu tilviki var þetta algjörlega dauðadæmt. Eftir matinn lá hann með ístruna upp í loft og muldraði eitthvað við sjálfan sig, ég lá með upprétt bakið og var að rita glósur fyrir handrit sem ég var að skrifa, maðurinn sneri sér svo á hliðina með andlitið í vegginn, ég leit hornauga til hans og sá á honum bert bakið og loðna rassinn hans sem blasti við í opnum náttkjólnum. Ég hristi hausinn hneykslaður og pirraður og sagði við hann upphátt á góðri íslensku, þú ert nú meira helvítis viðrinið!

Hann prumpaði.

SKYTTAN

Dalurinn er í óbyggðum. Andri beygði inn á slóða af sveitavegi sem leiddi hann hingað. Stórgrýtt fjöll lúra í kringum hann. Vatnsflaumurinn fann sér leið niður bjargið í vestri. Veiðileg áin rennur meðfram endilöngum dalnum, alla leið út í sjó. Toppurinn á svörtum sandhólum neita að gefast upp fyrir vetur konungi. Himinn er grár og það er aðeins farið að bæta í vind. Andri stendur við opið skottið á jeppa sínum. Heitt kaffi og rommkúlur í sveitinni, gerist ekki betra, hugsar hann. Hann horfir í kringum sig, hann er einn í heiminum. Hann leggur frá sér bollann, girðir niður um sig og pissar nokkrum skrefum frá bílnum. Gul bunan sker sig í gegnum snjóinn. Hann horfir til himins, hann er að vona að veðrið hangi svona í dag, hann vantar þrjá fugla í viðbót. Hann fékk bara einn í gær, það er ekki nóg fyrir þau. Hann er skytta, flinkur með tvíhleypuna en stundum er bara lítið um fugl í fjallinu. Heppilega borða börnin hans ekki rjúpu svo hann ætti að sleppa með fjórar allt í allt. Spáin er ekkert sérstaklega góð en planið er að finna fuglinn snemma og vera kominn langleiðina heim þegar veðrið byrjar að versna. Hann byrjaði ungur að árum að fara með pabba sínum á veiðar. Hann hafði alltaf mikinn áhuga á byssum, sem barn var hann ávallt með teygjubyssu á sér og sem unglingur lék hann sér með loftriffil. Hann komst oft í hann krappan, átti það til að vera of fífldjarfur. Löngum stundum hjólaði hann með vinum sínum, Austurbæinn endilangan og skaut á fólk og ketti á förnum vegi. Eitt atvikið var þó lang alvarlegast.

Þegar hann var 14 ára sat hann við opinn glugga uppi í risi heima hjá sér. Sólin skein í júlí mánuði. Kallinn í húsinu á móti var léttklæddur að bóna bílinn. Andri sat með annað augað lokað og miðaði á hægri rasskinnina á nágranna sínum. Augnabliki áður en hann tók í gikkinn stökk kötturinn hans á hann svo honum brá og riffillinn fór úr stöðu. Ökumaður sem keyrði bíl sínum á milli húsanna fékk skotið í framrúðuna, sem gerði það að verkum að hann missti stjórn, keyrði út í kant, upp á gangstétt og yfir 12 ára strák sem var þarna á gangi. Strákurinn slasaðist illa. Eftir að hafa barist upp á líf og dauða í nokkrar vikur var hann útskrifaður af spítalanum einum fæti fátækari. Kúlan úr loftriflinum fannst í bílnum. Andri var grunaður um verknaðinn enda alræmdur í hverfinu. Fólk var reitt. Faðir hans tók málið í sínar hendur, varði son sinn, vitandi að hann væri sekur. Hann fargaði byssunni og stóð fast á sínu. Mamma hans var undirgefin og hlýddi eiginmanni sínum og Jesú Kristi í einu og öllu. Hún hafði stöku sinnum á orði að þeir feðgar færu beinustu leið til helvítis fyrir gjörðir sínar. Húsbóndinn á heimilinu blés á slíkar vangaveltur. Fólkinu í götunni stóð ekki á sama en það tókst aldrei að sanna það að Andri hafði skotið af byssunni. Það voru engin vitni og riffillinn fannst aldrei. Hitinn í fólkinu var samt orðin það mikill að skyttan og foreldrar hans þurftu frá að hverfa og flúðu úr hverfinu ári seinna. Samviskan minnir hann á þetta atvik öðru hvoru. Hann er samt ánægður að pabbi hans hafi tekið af skarið og verndað hann. Lífið hélt áfram, þökk sé pabba hans. Þetta er bara eitthvað sem hann tekur með sér í gröfina, hann er ekki eini syndarinn í þessum heimi. Strákurinn sem missti fótinn vann svo ólympíugull í 200 metra hindrunarhlaupi fatlaðra 10 árum eftir slysið. Sá er fagnaði einna mest var bílstjórinn óheppni sem sá atburðinn í sjónvarpi það árið. Allt er gott sem endar vel eða þannig..

Bíddu nú við, hvað er þetta? Spyr Andri sjálfan sig þegar hann horfir í átt að skýjunum. Svartur depill sem stækkar hratt nálgast óðfluga. Hvað í andskotanum er þetta? Allt í einu breytist depillinn í opna fallhlíf sem fellur rólega til jarðar. Andri fylgist einbeittur með. Maður klæddur í svart frá toppi til táar tekur í taumanna og lendir mjúklega 110 metrum frá Andra. Hann gengur frá fallhlífinni, stendur svo kyrr og bíður. Hvað er hann að gera þessi gæi? Spyr Andri sig. Þeir horfa á hvorn annan í fjarska. Andri kallar til hans. Maðurinn svarar ekki. Andri gengur frá kaffinu, læsir bílnum og fer svo til hans með byssuna á öxlinni.

Blessaður. Andri kinkar kolli.

Sæll. Sá svartklæddi kinkar kolli til Andra.

Hver ert þú?

Azazel, heiti ég.

Hvað ertu að gera hér? Villtist þú af leið?

Nei, ég er nákvæmlega þar sem ég á að vera.

Ókei.. Verður þú sóttur þá? Andri er óöruggur.

Nei.

Hvað ertu þá að gera hérna? Ég er ekki alveg að skilja þig.

Ég er kominn til að sækja þig.

Sækja mig!? Andri er furðu lostinn. Hver ert þú fyrirgefðu? Um hvað ertu eiginlega að tala? Ertu í sérsveitinni? Þú lítur út eins og leigumorðingi.

Ég er reyndar í sérsveit en ekki þeirri sem þú heldur. Ég er aðeins of snemma í því, okkar klúður, ég biðst afsökunar á því en ég bíð bara eftir þér.

Ertu eitthvað geðveikur? Hvað er í gangi hérna?

Nú skal gera upp gamlar syndir, segir Azazel.

Gera upp gamlar syndir? Hvaða vitleysa er þetta! Er mig að dreyma kannski?

Þetta er ekki draumur nei.

Og ert þú að bíða eftir mér!? Ég er ekki að fara neitt með þér. Hvernig hafðir þú hugsað þér að komast í bæinn, ertu á bíl?

Við þurfum ekki á bifreið að halda.

Heyrðu vinur, nú er þetta komið gott! Ég veit ekki hver í andskotanum þú heldur að þú sért en ég ætla ekki að taka þátt í þessu rugli. Ég ætla upp í fjall, þegar ég kem til baka verður þú vonandi farinn!

Sjáumst, segir Azazel yfirvegður. Andri horfir reiður á hann og labbar svo upp í fjall. Hann snýr sér við í miðri hlíðinni og horfir til baka, maðurinn var horfinn.

Andri hafði verið að elta hóp af fuglum í nokkra klukkutíma, arkað langt inn í dalinn, upp hóla og brattar hæðir. Þegar hann var loksins kominn í almennilegt færi í gjá einni skall á blindhríð, upp úr þurru, fyrr en ætlað var. Andri ráfar um með sambandslausan síma. Kuldinn nístir hann inn að beini. Azazel situr rólegur í jeppanum víðs fjarri og borðar rommkúlur. Andri er orðinn hrakinn og kaldur. Hann er í sjálfheldu, örmagna af þreytu, villtur og áhyggjufullur. Eru þetta endalokin, hugsar hann. Af hverju var hann ekki bara heima, hann vissi að veðrið væri tvísýnt, af hverju hlustaði hann ekki á konuna sína. Hann sá æviskeið sitt í myndum, allar góðu minningarnar. Gerðu það góði guð, sýndu mér leiðina, muldrar hann á meðan hann fikrar sig áfram í snjóbylnum. Hann sér glitta í hreyfingarlausan mann, sitja með bakið upp við stein með byssuna á lærum sér. Andri berst á móti vindi. Stuttu síðar rekur hann tána í frosið líkið. Hann fellur um sjálfan sig.

BRENNAN

Snjókorn falla á allt og alla hljómar í útvarpinu í eldhúsinu í Skarfanesi 18. Margrét hellir sjóðheitu kaffinu í rauðan hitabrúsa. Hún smyr tvær hvítar brauðsneiðar með þykku lagi af hnetusmjöri. Hún setur tvær fullar teskeiðar af jarðarberjasultu ofan á hvora brauðsneiðina, býr til samloku og sker hana svo til helminga. Hún setur brauðið á lítinn bakka, fer úr eldhúsinu, inn í anddyrið og klæðir sig í úlpu, setur á sig húfu og fer í stígvél. Hún nær í hitabrúsann og bakkann úr eldhúsinu og fer út úr húsi. Snjókornin falla bæði inni og úti. Ingvar eiginmaður Margrétar stendur í garðinum fyrir framan húsið með fullt fang af jólaseríum. Margrét skrúfar lokið af hitabrúsanum sem hún notar sem bolla þegar hún hellir svarta kaffinu. Hún réttir Ingvari bollann og hálfa hnetusmjörssamlokuna.

Takk elskan, Ingvar brosir blíðlega til konu sinnar.

Hvernig gengur, spyr Margrét.

Þetta er allt að koma. Er María búin að hringja?

Já hún hringdi áðan, Hún leggur af stað á

Ætlar hún ekki að fljúga?

Nei hún ætlar að keyra skilst mér, færðin er fín segir hún.

Jájá, hún á samt að vita betur, það er miklu þægilegra fyrir okkur öll ef hún myndi fljúga. Þú hefur ekki sagt henni það?

Hún verður að fá að ráða þessu, enda varla hægt að fá miða úr þessu. Hún talaði um að þau myndu leggja af stað strax og það birtir, svo þau verða í komin í bæinn, seinni partinn á morgun.

Akkúrat, Ingvar kinkar kolli.

Ingvar sýpur af kaffinu og kyngir síðasta bitanum. Hann horfir á götuna sína. Gatan er í óða önn að komast í sparifötin. Það eru að minnsta kosti fjórir karlmenn að skreyta húsin sín í öllum regnbogans litum. Binni sem býr á móti þeim hjónum er upp á þaki með sonum sínum tveimur að festa sleðann

og hreindýrin. Risavaxinn jólasveinn, klæddur í
rautt, situr á rassinum í innkeyrslunni og bíður
spenntur. Stebbi stendur í stiga tveimur húsum frá,
sömu megin og Binni og skreytir stórt birkitré með
hvítum ljósum. Hann er á þriðja degi enda tréð
stórt og perurnar örugglega þúsund talsins, ef ekki
fleiri. Ingvar hefur verið önnum kafinn við að
skreyta húsið sitt síðustu daga. 5000 perur eru nú
þegar komnar upp, aðrar 5000 perur bíða
óþreyjufullar í bílskúrnum eftir að komast út og
taka þátt í stærstu sýningu ársins.

Íbúarnir í Skarfanesinu ákváðu fyrir fimm árum
síðan að taka þátt í götujólaskreytingarkeppni
Garðabæjar. Síðustu þrjú árin hefur Skarfanesið
unnið keppnina. Með hverju árinu sem líður, eykst
metnaðurinn til muna. Ingvar var með 7000 perur
í fyrra, hann verður með 10.000 í ár. Hann verður
að auki með nýjan og stærri snjókall sem hann lýsir
upp með ljósköSturum. Hann er einnig með nýjan
Rúdólf, stærri og flottari frá því í fyrra og hann
talar íslensku, eina hreindýrið á landinu með þann
hæfileika. Ingvar þurfti að hafa mikið fyrir því,
bandaríska fyrirtækið sem hannaði hreindýrið

þurfti að endurforrita Ródólf frá grunni svo hann gæti talað móðurmálið. Ingvar hlakkar mikið til að sýna nýja djásnið sitt á sýningunni. Allt verður stærra með hverju árinu, jólasveinarnir stækka, hreindýrin stækka og snjókallarnir stækka. Bjössi nágranni hans, breytir húsi sínu í risastórt fjárhús, með Maríu mey, jesúbarninu, lærissveinunum, úlföldum og kindum fyrir framan hús í fullri stærð. Stór og stæðileg Betlehemstjarna hangir upplýst fyrir ofan húsið. Hvert einasta hús í götunni er fullt sjálfstrausts og öskrar á athygli, sjáið mig, sjáið mig! Allir vilja vera með í veislunni, í fyrra var hægt að sjá sýninguna í fyrsta skiptið á youtube. 180.000 manns um allann heim hafa nú þegar séð þá sýningu. Það er búist við því að sýningin í ár fái 300.000 til 400.000 þúsund manns í áhorf. Garðabær er vel sjáanlegt á kortinu í desember mánuði og fjalla allir fjölmiðlar á Íslandi um keppnina og ekki síst sýninguna hjá sigurvegurunum síðustu þriggja ára, fólkið í Skarfanesinu eru stórstjörnur á þessum tíma árs. Ingvar andar djúpt að sér og brosir í annað. Margrét horfir stolt á manninn sinn og götuna þeirra.

Ingvar er á besta aldri, 58 ára. Hann er vel gefinn eins og kona hans Margrét Finsen sem er hálf íslensk og hálf dönsk. Ingvar kynntist konu sinni þegar hann var ungur maður í arkitektarnámi í Kaupmannahöfn. Hún bjó á sveitabæ norður í landi fyrstu 10 árin sín en flutti á tólfta ári til Danmerkur með föður sínum. Ingvar og kona hans kynntust í fríríkinu Kristaníju á Kim Larsen tónleikum. Ingvar man lítið eftir þessu kvöldi, það eina sem hann man er þegar þessi ljóshærða og leggjalanga danska blómadís gaf honum rótsterka jónu og að hann vaknaði í sama rúmi og hún daginn eftir. Þau hafa verið saman allar götur síðan. Eftir að þau voru bæði búin í námi fluttu þau til Svíþjóðar í eitt ár. Margrét var útskrifuð sem líffræðingur en ákvað að bæta við sig fjöðrum á nágranna grundu. Ingvari bauðst svo starf á Grænlandi. Margrét fékk einnig starf. Hún sem líffræðingur fór að rannsaka ísbirni og seli. Ingvar hafði stofnað fyrirtæki með skólafélaga sínum frá Kaupmannahöfn á meðan hann var í Svíþjóð. Þeir fengu verkefni við að reisa stórt hótel í Nuuk.

Ingvar og Margrét voru í Grænlandi í 2 ár. Eftir árs veru á grænu eyjunni lenti Ingvar á vegg. Kona hans ferðaðist mikið vegna vinnu sinnar, flakkaði á milli Grænlands og Svalbarða. Ingvar sem var drykkfelldur á sínum yngri árum var mikið einn og varð hann fljótt þunglyndur og leitaði hann þá í bokkuna. Hann var orðinn verulega slæmur á tímabili, fullur sjö daga vikunnar bæði í vinnu og utan vinnu. Hann byrjaði ungur að drekka og leiddist út í dóp undir tvítugu. Hann leit aldrei á sig sem dópista, þó aðrir hefðu örugglega kallað hann það. Hann var helgardjammari, drakk sig fullan allar helgar, tók spítt og kók í nefið og át sveppi með norðurljósunum. Hann var aldrei eitthvað langt leiddur, sumir vinir hans voru á miklu verri stað og nokkrir af þeim dóu ungir. Margrét var farin að sjá ástandið á honum. Þegar hún var á Grænlandi, reyndi Ingvar allt sem hann gat til þess að halda sér þurrum. En það sást langar leiðir að honum leið mjög illa. Þau tóku ákvörðun saman, hún sagði starfi sínu lausu. Ingvar seldi hlut sinn í fyrirtækinu og þau fluttu til Íslands.

Sólin rís á aðfangadegi. Stóri dagurinn er runninn

upp. Frelsarinn fæddist á þessum degi og úrslit í jólaljósakeppninni verða tilkynnt þennan sama dag. Hannes litli sem er 5 ára hleypur inn í hjónaherbergið og vekur afa sinn. Margrét er nú þegar vöknuð og komin á ról á neðri hæð hússins. Afi Ingvar grettir sig við strákinn á meðan hann nuddar stýrunum út í kinnarnar.

Góðan daginn, segir Ingvar þreytulega.

Góðan daginn, segir Hannes litli glaðlega.

Er mamma þín og litli ennþá sofandi?

Já.

En þú ert vaknaður sé ég. Ingvar ræskir sig.

Afi, getum við farið út?

Út? Núna?

Já, mig langar svo mikið út.

Já, ég skil þig. Við verðum nú að borða eitthvað fyrst, ertu búinn að borða morgunmat?

Nei. Hannes litli hristir hausinn. Ég er ekki svangur.

Jújú við verðum nú að borða eitthvað. Ætlar þú út svona, á nærbuxunum?

Nei, Hannes litli brosir.

Ok, byrjum þá á því að fara í föt, svo fáum við

okkur að borða, tökum einn Olsen og förum svo
út á eftir. Er það ekki díll?

Hannes litli smellir tungunni og brosir til afa síns.
Ingvar brosir til baka.

Klukkan er að ganga 11. Allir í húsinu eru
vaknaðir. Hannes og Garðar bróðir hans eru úti í
garði að leika sér í snjónum. Afi gamli er kominn
inn úr ærslaganginum og er byrjaður að kveikja
upp í arininum. Margrét og María dóttir þeirra eru
í eldhúsinu að undirbúa hádegismatinn. María er
að setja síld á fallegan silfurbakka. Hún er búin að
raða upp sænsku sinnep síldinni og dönsku
síldinni, hún á bara eftir að setja íslensku lauk
síldina frá Djúpavogi á bakkann. Margrét er að
hræra í bleika rauðrófusalatinu. Þau eiga von á
gestum. Síðastliðin 5 ár hafa Vignir og kona hans
úr næsta húsi komið yfir, borðað með þeim síld og
drukkið danskan snafs með. Að borðhaldi loknu
setjast þau í betri stofuna og hækka í viðtækinu svo
það heyrist vel í útvarpsmanninum sem tilkynnir
úrslit jólaljósakeppninnar. Á Þorláki skila dómarar
keppninnar af sér stigum og á aðfangadegi er nýr
sigurvegari kynntur. Síðustu þrjú árin hafa þau

verið sigursæl og til að fagna sigrinum er skálað í einföldum brandý og kallarnir totta vindilinn með. Sagan endurtekur sig þetta árið og það kemur engum á óvart, Skarfanesið er lang flottasta gatan í Garðabæ og hugsanlega á öllu landinu. Ingvar og Margrét og vinafólk þeirra brosa út af eyrum. María stendur í stofugættinni og fylgist glöð með fagnaðarlátunum. Börnin tvö sitja á gólfinu, prúð og fín og borða súkkulaðibitakökur. Nú mega jólin koma, segir Vignir brosandi. Allir í stofunni skála og hlægja. Margrét stendur úr sæti sínu og faðmar Maríu innilega að sér.

Klukkan slær sex. Klukkurnar klingja á rásinni. Gatan úti er alsæl, sigurvegari enn eitt árið. Ingvar og fjölskylda er komin í betri fötin. Yndislegi ilmurinn af rjómalöguðu rjúpnasósunni umlykur húsið. Krakkarnir naga neglurnar og stara á pakkana undir jólatrénu. María kyssir pabba sinn og óskar honum gleðilegra jóla. Húsfreyjan tekur af sér svuntuna, fer með súpuskálina að borðinu og býður til borðs. Ingvar sest niður og horfir yfir hópinn, fjölskyldu sína. Hann lyftir upp glasi. Skál elskurnar mínar. Það er Himneskt að sitja hér til borðs með ykkur. Ingvar er orðinn mjúkur og meyr eftir alla snafsana og brandýið fyrr um daginn. Gatan okkar aldrei verið flottari og við bara öll höfum aldrei verið flottari, skál! Ég elska ykkur. Við elskum þig líka segir Garðar með fullan munninn. Fjölskyldan hlær og skálar.

Þessi fallegi dagur, syngur Bubbi í útvarpinu. Fuglarnir syngja með upp í tré. Heit sumargolan finnur sér leið inn um rifuna á glugganum. Margrét hrærir vöffludegið. Sólin skín inn, ljósu lokkar Margrétar sem ná næstum því niður fyrir rass baða sig í góða veðrinu. Ingvar er út í garði að raka gras saman eftir slátt. Alma nágranni hans sem var á gangi með hundinn sinn stoppar fyrir framan húsið og kallar til Ingvars.

Góðan daginn, Ingvar minn..

Sæl vertu, Ingvar kinkar kolli.

Hvað segir þú gott? Spyr Alma.

Nú bara allt þetta fína.

Já er það ekki bara.

Á ekki hundurinn að vera í bandi, spyr Ingvar.

Rebbi er alveg meinlaus.

Jájá en samt, voru þetta ekki einhverjar reglur sem þú settir fram?

Ingvar, láttu ekki svona. Rebbi sér um lög og reglu hér, þú veist það. Það þarf einhver að vakta ykkur vitleysingana. Alma brosir létt til Ingvars.

Heyrðu ég ætlaði að fá að tala aðeins við ykkur Vigni og Binna um ógreidda reikninga frá vorhátíðinni.

Nú já, var ekki allt með felldu þar? Jú en samt þá eru líka aðrir reikningar sem þarf að borga vegna þess að...

Nú er Ingvar hættur að hlusta á hana, hann bara kinkar kolli eins og hann sé að hlusta en er þó bara að bíða eftir því að hún fari. Það er mikið samlyndi í götunni, helst er því að þakka jólaljósakeppninni sem og fjörugu vorhátíðinni sem er alltaf haldin sumardaginn fyrsta, ef veður leyfir. Ingvar og Alma hafa samt sem áður aldrei eiginlega átt skap saman, hafa bara aldrei nokkurn tímann, almennilega fundið taktinn. Alma er mikill kvenskörungur, ákveðin, þrjósk og lætur engan vaða yfir sig. Þau eiga þó eitt sameiginlegt og það er að þau frekar lík í útliti. Þau eru bæði hávaxin og grönn, með þunnt hár og svipaða skeggrót á efri vörunni. Samband þeirra átti kannski aldrei séns, Þegar Ingvar og fjölskylda voru nýflutt í götuna klessti María á bíl Ölmu sem var kyrrstæður aftarlega í innkeyrslunni hjá húsi hennar. Þetta var á gamlársdegi, miklar frosthörkur og María ung og vitlaus, nýbúin að fá bílprófið. Hún fékk lánaðan fjölskyldubílinn til þess að kaupa flugelda. Framrúðan var gegnfreðin. María hafði séð bíómynd um sumarið þar sem söguhetjan skóf frosna framrúðu sína þannig að það var bara lítill kassi rétt fyrir augun til að sjá út. María nennti ekki að skafa þennan dag og var líka kalt svo hún hermdi eftir sæta stráknum úr myndinni og bjó til kassa fyrir augun. Það var ekki góð hugmynd því fjórum mínútum síðar var hún búinn að klessa aftan á bíl Ölmu. Alma sem er skólastjóri í grunnskóla bæjarins og verkefnastjóri jólaljósakeppninnar og vorhátíðinnar, er hörð í horn að taka og stóð vel undir nafni í þessari fyrstu glímu við Ingvar. Alma hefur lokið máli sínu, Rebbi hleypur frá henni og inn í garðinn hjá Ingvari.

Rebbi, nei! Komdu kallinn, kallar Alma í áttina til hans. Ingvar hristir hausinn. Rebbi sest og kúkar í grasið.

Heyrðu! Hvaða! Ingvar er ósáttur.

Rebbi! Skamm! Komdu hérna! Kallar Alma. Rebbi trítlar til Ölmu og geltir á Ingvar.

Hver á svo að þrífa eftir kvikyndið?

Ingvar, ég er á hraðferð, Alma horfir á Ingvar eins og hún sé í fullum rétti. Er eitthvað vandamál að þrífa upp smá kúk?

Það er ekki eins og þetta sé í fyrsta skiptið sem fógetinn litli kúkar í garðinn minn, hann á bara að vera í bandi, eins og reglur segja til um!

Jæja vinur, ég hef ekki tíma í þetta, Alma kveður Ingvar og heldur áfram leið sinni. Ingvar horfir reiðilega á eftir henni.

Margrét situr við eldhúsborðið og er að reyna að leysa krossgötu, Bubbi er löngu hættur að syngja, útvarpsfréttirnar byrja.

Banaslys varð á ellefta tímanum í dag á þjóðvegi 1 við Ísafjarðardjúp. Vörubíll og fólksbíll lentu saman á miklum hraða með þeim afleiðingum að þrír sem voru í fólksbílnum létust. Bílstjóri vörubílsins slapp ómeiddur.

Miklir vatnavextir voru Miðfjarðará á norðurlandi í gær. Mikið hefur rignt síðustu daga á svæðinu og segir bóndinn á næsta bæ að hann hafi sjaldan séð það jafn slæmt. Brúin yfir þjóðveginn...

Síminn hringir, Margrét stendur frá borði, eftir að síminn hafði hringt nokkrum sinnum. Margrét sem er enn með krossgátuna á heilanum, sest við símaborðið og svarar í símann. Eftir stutta stund missir hún símann úr höndum sér. Margrét gránaði í framan á örstundu. Hún starir frosin á símann sem liggur á parkettinu, úr símanum heyrist lágt í karlmannsröddu

Halló, er einhver þarna? Halló? Halló?

Tíminn stendur í stað. Margrét heyrir ekkert nema lágstemmt suð úr eyrunum. Lífið slökknaði úr augum hennar, eins og ýtt hefði verið á takka. Allt í einu tekur hún andköf og frussar upp ælu úr koki sínu og ælir kröftulega yfir sig alla og á parketið. Henni líður eins og hún sé að fá hjartaáfall. Hún skynjar að hjartað tifi á ógnarhraða og það er eins og það vilji brjótast út úr brjóstkassa hennar og finna sér betri stað til að róast á. Hún finnur á sér að hún er að öskra á Ingvar en hún heyrir ekkert í sjálfum sér. Lífið blossar aftur upp í augum hennar og tárin streyma niður. Hún fellur í gólfið, eins og hún væri skotin á færi, hreyfingarlaus, starir upp í loft, lömuð af hræðslu. Hún sér bara hvítt. Taktu mig, taktu mig. Er þetta hvíta ljósið, hugsar hún. Andlit Ingvars birtist fyrir ofan hana. Tíminn er stopp. Það er ekkert þyngdarafl í húsinu. Ingvar er hræddur á svipinn, votur í augunum. Margrét les af vörum hans að hann er að kalla nafn hennar. Hún heyrir ekkert. Starir á manninn sinn. Grafarþögn ríkir í Skarfanesi 18.

Séra Gunnar fer með Jóhannesar guðspjallið úr pontu sinni. „*Í upphafi var Orðið, og Orðið var hjá Guði, og Orðið var Guð. Hann var í upphafi hjá Guði. Allir hlutir urðu fyrir hann, án hans varð ekki neitt, sem til er. Í honum var líf, og lífið var ljós mannanna. Ljósið skín í myrkrinu, og myrkrið tók ekki á móti því.*" Kirkjusalurinn var hálf tómur. Ingvar og Margrét sitja ein á fremsta bekk. Þau eru svo lítið ein í heiminum. Allir helstu ættingjar Margrétar búa í Danmörku og Ingvar er sá eini sem er enn á lífi úr fjölskyldu hans, báðir foreldrar hans eru dánir og báðar systur hans eru líka dánar. Nágrannar þeirra í Skarfanesinu sitja sorgmædd í miðjum salnum. Margrét er óbein í baki. Hún lútir höfði og starir ofan í kirkjugólfið. Það er henni með öllu óbærilegt að líta upp og horfa á kisturnar þrjár á altari ljóss og friðar. Tvær litlar og ein stór.

Eftir guðspjallið kom sálmur og eftir sálminn komu minningarorð frá vinum Maríu. Ingvar vildi af öllu sínu hjarta minnast einkabarns síns en hann gat það ekki og þáði ekki boðið. Annar sálmur og faðirvorið kom í kjölfarið. Eftirspil byrjar og kistu berar stíga fram, allir með rauðþrútin augu. Stóra kistan er fyrst borin út, litlu kisturnar tvær fylgja í kjölfarið. Margrét sér út undan sér kisturnar litlu fara framhjá bekknum. Henni er óglatt, hún skrækir ósjálfrátt sem breytist fljótt í öskur og stunur, hárin rísa á Ingvari, hann pírir augun og sér svart. Óþægilegur kliður er í salnum og heyrist grátur frá nokkrum bekkjum.

„Af jörðu ertu komin, að jörðu skaltu aftur verða. Af jörðu munt þú aftur upp rísa."

Séra Gunnar stendur yfir gröf Maríu og fer með ritningarorð. Bræðurnir, Hannes og Garðar eru í sitthvorri holunni við hlið mömmu sinnar. Ingvar og Margrét standa fremst í flokki og eru alveg við það að bugast. Þeim líður báðum eins, líkami þeirra fer á milli staða, úr húsi, inn í bíl og úr kirkju í kirkjugarð. Sálin þeirra er ekki með í för, hún er föst í svartnætti. Þau eru á milli heims og helju, lifandi lík í helvíti. Sorgin þræðir allar æðar líkamans, öll helstu skynfærin eru biluð, sjónin, heyrnin og snertingin. Þau finna ekki fyrir neinu. Oft á dag, án fyrirvara brýst út svartur skuggi sem lyktar af dauðanum. Þegar heim var komið sveif Margrét upp stigann eins og svefngengill í átt að svefnherberginu. Það væri hægt að skera þögnina með ryðguðum hníf. Ingvar horfir á eftir henni áhyggjufullur. Konan leggst upp í rúm og breiðir sængina yfir sig. Ingvar fer inn í stofu, hellir vel af koníaki í glas og gúlpar því í sig.

Dyrabjallan hringir, Ingvar hrekkur upp úr

uppáhalds stólnum sínum í stofunni. Hann er enn
í svörtu jakkafötunum úr jarðarförinni frá því í
gær. Dyrabjallan heldur áfram að hringja. Hann
ræskir sig, horfir yfir stofuna. Tóm koníaksflaska
er á gólfinu. Hann teygir sig í glas sem var á
borðinu hliðin á stólnum. Hann teigar síðasta
sopann. Dyrabjallan er hætt að hringja. Ingvar
dæsir. Það er sama þögnin í húsinu. Hann hefur
alltaf kunnað að meta þögnina en þetta var
eitthvað öðruvísi. Þetta er í fyrsta skiptið sem
honum líður illa í þessu húsi, þögnin er
yfirþyrmandi.

Dyrabjallan hringir, Ingvar hrekkur við í stólnum
í stofunni. Hann er í gulblettóttum nærbuxum
einum klæða. Önnur flaska liggur í valnum. Hann
lítur ekki vel út, hann er krumpaður, hrukkurnar
leika lausum hala, skeggrótin að dökkna og þunna
hárið orðið fitugt og klesst. Dyrabjallan hringir
enn. Ingvar horfir í kringum sig, jakkaföt úr
jarðarförinni liggja í hrúgu í sófanum. Hann veit
ekki hvaða dagur er í dag. Hvenær var jarðarförin?
Var hún í gær? Var hún fyrir viku? Hann hefur ekki

hugmynd. Hvar er Magga? Æ já, hún er uppi.
Ingvar stendur úr stólnum og teygir út stirða arma
sína. Hann klórar sér í pungnum. Hann fer inn í
eldhús. Hann opnar ísskápinn, tekur út skyr og
byrjar að borða úr dollunni. Honum finnst þetta
ekkert gott. Venjulega á þessum tíma dags myndi
hann vera nýrakaður, snyrtilega klæddur sitjandi
við eldhúsborðið að borða skyr í djúpum diski
með múslí, bönunum, bláberjum og smá mjólk.
Ingvar heyrir að það er verið að banka á gluggann
í stofunni. Ingvar fer inn í stofu með skyr dolluna
í hendi. Vignir nágranni hans úr næsta húsi, sér
hann og kallar til hans í gegnum rúðuna. Ingvar
horfir á hann en sýnir enginn svipbrigði. Hann
snýr sér við og fer aftur inn í eldhús. Vignir fórnar
höndum og kallar til hans. Ingvar klárar úr
dollunni. Dyrabjallan byrjar aftur að hringja.

Margrét liggur undir sæng eins og sært dýr. Hún er
í felum, hún þorir ekki út í umheiminn. Loftið er
þungt í herberginu. Hún heyrir að Ingvar bankar á
hurðina.

Magga! Magga! Hún svarar ekki. Ég þarf að klæða mig, opnaðu helvítis hurðina! Margrét liggur stjörf við hlustir. Ingvar heldur áfram að banka. Margrét fær tár í auga, hún ræskir sig, tekur af sér sængina, stendur upp og þokast hægt að átt að hurðinni. Hún opnar hurðina og notar svo alla sína krafta til þess að flýta sér aftur upp í rúm og í hellinn undir sænginni. Ingvar gengur inn, fer í skápinn og fer í hreinar nærbuxur. Hann stendur yfir rúminu.

Ætlar þú ekkert að fara vakna? Margrét svarar ekki. Hún vill bara fá að vera í friði í hellinum sínum. Ertu svöng? Viltu ristað brauð og te? Ingvar hristir hausinn, pirraður. Hann opnar rifu á gluggann. Það þarf að lofta hér út. Það er vond lykt hérna inni, segir Ingvar blíðlega. Hann sest á rúmið. Viltu ekki fara í sturtu og reyna að hressa þig aðeins við? Ég ætla að fara út í búð og kaupa í matinn. Ég var að pæla að kaupa ungverska gúllassúpu og gott brauð. En Magga, farðu í sturtu núna og svo getur þú farið aftur upp í rúm. Ég kem svo með te handa þér þegar ég er búinn í búðinni. Viltu gera það fyrir mig? Margrét svarar engu. Hún fellir tár undir sænginni. Hún vill svara Ingvari, en hún bara getur það ekki. Henni líður eins og hún hafi misst málið, það eina sem hún treystir sér í er að liggja undir sænginni í felum. Hún óttast að ef hún byrjar að tala, þá fari hún að gráta og þá mun hún ekki geta hætt. Helst myndi hún vilja loka augunum, hætta að anda og bara deyja. Ingvar stendur upp og er áhyggjufullur.

Okei, ég ætla þá að fara út í búð. Ekki læsa hurðinni. Ég skal sofa í gestaherberginu, gefa þér frið. Ég gef þér að drekka og borða en læt þig í friði. Þú verður að lofa mér því að læsa ekki hurðinni aftur. Margrét svarar ekki. Ingvar klæðir sig í gallabuxur og í græna Ralph Lauren skyrtu og fer út úr húsi.

Hann lítur í kringum sig. Það er enginn á ferli í götunni nema Rebbi fógeti sem trítlar framhjá húsinu. Ingvar gefur honum illt auga. Ingvar hefur engan áhuga á að hitta neinn, vonandi tekst honum að komast óséður heim aftur, eftir bíltúrinn. Hann sest upp í svarta Range Roverinn, nýlegur bíll. Hann keypti bílinn ársgamlan fyrir tveimur árum. Ingvari vegnar vel, hann á flottan jeppa, flott hús í Garðabæ, gullfallega konu, skemmtilega vini og á hlut í stórri skútu sem liggur í makindum sínum suður í karabískahafinu. Allir þessir hlutir skipta samt engu máli í dag, hann myndi á augnabliki fórna öllu sínu fyrir börnin sín þrjú, dóttur sína og barnabörnin. Hann myndi glaður gera samning við risann í skýjaborginni, fórna sér sjálfum, búa í pappakassa á Lækjartorgi, einn og yfirgefinn ef hann vissi af fjölskyldu sinni heilli á húfi.

Alma skólastjóri röltar um í götunni, horfir inn í garða í leit að Rebba. Alma hefur hefur frá blautu barnsbeini verið í kringum hunda. Hún ólst upp með hundum þegar hún bjó í sveitinni með foreldrum sínum. Þegar hún flutti til Reykjavíkur til að fara í menntaskóla eignaðist hún sinn fyrsta hund eftir árs veru í höfuðborginni. Alma hefur ávallt sýnt hundum sínum mikla væntumþykju og haft mikinn metnað til þess að gera þá að verðlauna hundum. Í gegnum tíðina hafa þó verið mikil áföll hjá henni og hundunum hennar og hefur hún misst alla hundana sína fyrir aldur fram, annað hvort vegna veikinda eða slysa. Um sumarið, rétt áður en hún fór suður til Reykjavíkur í skóla dó hennar fyrsti hundur. Hundurinn var reyndar í eigu foreldra hennar en þessi fjörugi og klári íslenski fjárhundur og Alma voru bestu vinir og alltaf saman öllum stundum. Hundurinn hét Svalur. Svartur með eitt hvítt eyra. Það var langt gengið á sumarið, Alma og Svalur vorum að leita að kindum upp til fjalla. Það hafði rignt samfellt í viku og var jarðvegurinn laus í sér og hættulegur. Svalur kom auga á nokkrar kindur saman í hóp hátt upp í hlíðinni. Hann spratt úr spori og gelti hátt og snjallt. Þegar hann hafði náð til hópsins og var byrjaður að reka rollurnar niður, leysist úr læðingi stór aurskriða sem sópaði með sér öllum dýrunum alveg niður á jafnsléttu. Alma slapp ómeidd og reyndi að grafa upp Sval með berum höndum en það var vonlaust verk, aurskriðan var það stór að það var ómögulegt að vita hvar hundurinn væri grafinn. Svalur og kindurnar fundust ekki fyrr en tveimur mánuðum síðar. Alma var þá flutt til Reykjavíkur, svo hún sá vin sinn aldrei aftur eftir þennann örlagaríka dag.

Þegar hún var búin að vera í menntaskóla í eitt ár eignaðist hún annan hund. Þetta var Border Terrier, ljósbrúnn, ekki ólíkur sjónvarpsstjörninni Benji. Þau áttu þrjú góð ár saman. Einn kaldan vetradag í febrúar var svo keyrt yfir hann á Breiðholtsbraut. Næsti hundur í lífi Ölmu var hvítur snaggaralegur Russian Toy smáhundur. Þessi hundategund er frændi chihuahua. Sá hundur varð mikill verðlauna hundur og óx Ölmu ásmegin í metnaði og varð á tíma gagntekinn af þjálfun og hundasálfræði. Birta og Alma unnu allt sem hægt var að vinna í 14 ár. Tíkin fékk svo sjúkdóm í maga sem dró hana til dauða. Alma var illa brennd, með stórt sár á sálinni eftir þetta. Það liðu átta ár þangað til hún eignaðist aftur hund. Sá heppni var Rebbi fógeti. Alma var staðráðin í að gera Rebba að nýjum meistara. Rebbi var af sama kyni og Birta, hvítur, snögghærður smáhundur með stór speyrt eyru. Hann er með gráan blett á hökunni sem er eins og hökuskegg. Pabbi Ölmu kallaði hann Silfurrefinn þegar hann sá hann fyrst, Ölmu fannst það skemmtilegt og skýrði hundinn Rebba. Hann er mjög ólíkur Birtu, sem hvolpur var hann hlýðinn, efnilegur sýningarhundur en eftir að hann varð eldri, missti hann allan áhuga á sýningum og verðlaunagripum. Alma átti mjög erfitt með að sætta sig við þetta í fyrstu og gafst ekki upp, fór með Rebba sinn í sálarmeðferðir hingað og þangað en allt kom fyrir ekki, hann var bara ekki sýningarhundur. Rebbi er skemmtilegur hundur, blíður þó að hann sé geltandi út í loftið alla daga. Hann er svo lítið villtur og fer oft á stjá, er snillingur í að sleppa sér lausum ef tækifæri gefst. Oftar en ekki sést til hans trítlandi í hverfinu, skítandi í garða og í leit að nýjum ævintýrum. Hann er gallagripur. Hann brást Ölmu á sínum tíma. Alma var ákveðin í því að gera stóra hluti með þennan hund, en það gékk ekki. Ölmu finnst samt sem áður óskaplega vænt um Rebba og eru þau afar góðir vinir.

Ingvar var kominn heim aftur eftir búðarferðina. Hann var búinn að fylla ísskápinn af skyri og ávöxtum og öðrum nauðsynjum sem og fullt af áleggi, beikon og eggjum og svo tróð hann kassa af litlum bjórdósum í lausu í öll plássin sem voru í boði. Hann hafði staflað þremur kössum af bjór hliðin á frystikistunni í búrinu. Þar inni hafði hann raðað inn í hillur fullt af dósamat og þrír kassar af brennivíni stóðu þarna ofan á hvor öðrum bak við hurðina. Ingvar gerði upp hug sinn í bíltúrnum fyrr um daginn að hann myndi ekki komast upp þetta fjall nema með bakkus sér við hlið. Áður en hann raðaði mat og brennivíninu á sinn stað fór hann upp og athugaði hvort Margrét hefði læst hurðinni aftur. Hurðin var ólæst, það gladdi Ingvar, lítið skref í rétta átt. Hann stóð við sitt, hann tók föt af slánni, sokka og nærbuxur úr skúffum og flutti sig í gestaherbergið aftar á ganginum. Margrét fær allan þann tíma sem hún þarf. Ingvari leið ágætlega núna í fyrsta skiptið síðan veröldin hrundi. Hann er hreinn í hreinum fötum. Magga er aðeins að braggast, hugsaði hann. Ingvar lagði á borð fyrir þau bæði, vitandi það að hún er ekki að koma niður að borða. En það skipti Ingvari ekki máli, hann vildi bara að sér liði venjulega í smástund, eins og allt væri bara í lagi. Hann ímyndaði sér að soðnu farsbollurnar í svarta plastbakkanum fyrir framan hann væru eldaðar af konu sinni eins og hún gerir svo vel. Hann skálaði við fríðu konu sína og brosti blíðlega til hennar. Svarti plastbakkinn fyrir framan stól hennar er óopnaður, bollurnar kaldar. Það væri auðvita vitleysa að hita upp bakka og borða hann svo ekki, henda honum bara í ruslið. En Ingvar vildi samt hafa eitthvað á borðinu til að auðvelda sér leikinn. Hann borðar hægt úr sínum bakka. Viskýflaska og tómt lítið mjólkurglas standa þétt saman og bíða álengdar. Án fyrirvara leggur hann gaffalinn frá sér, hellir nokkrum tárum í glasið sem hann klárar í einum sopa. Honum líður ekki vel. Hann er kominn með hausverk og svima og allt í einu varð hann alveg svakalega þreyttur, hann gat varla haldið augunum opnum. Honum líður eins og hann sé að fá taugaáfall. Hann stendur hægt upp frá borði, tekur flöskuna með sér, labbar hægt upp stigann með óskýra sjón og ráfar svo inn svefnherbergisganginn. Margrét grenjar undir sæng. Ingvar er orðinn ónæmur fyrir sorginni. Hann opnar hurðina á gestaherberginu og lokar á eftir sér.

Haustið liggur í loftinu. Trén standa þögul og máta nýjan búning. Dagurinn er samur við sig, gengur sinn vanagang. Alma er í stofunni heima hjá sér að leggja lokahönd á undirbúning fyrir fund sem hún er að fara halda með nágrönnum sínum. Klukkan slær átta og fólkið byrjar að streyma inn. Alma býður þeim sex hjónum sem hafa búið lengst í Skarfanesinu til fundar, ár hvert í byrjun september. Vignir og kona hans eru mætt, Binni og kona hans eru líka mætt. Hálftíma síðar er stofan hjá Ölmu þéttsetinn af fólki, allir eru mættir nema Margrét og Ingvar. Alma er spennt og full tilhlökkunar þegar hún stillir sér upp fyrir framan fjölskyldumálverkið í stofunni. Alma á alltaf svolítið erfitt um jólin, sonur hennar býr með kærasta sínum í Berlín og dótturin er feimin af eðlisfari. Alma vildi óska þess að fjölskylda hennar væri venjuleg með aragrúa af yndislegum barnabörnum. Eins og Alma er mikið jólabarn þá eru hátíðirnar erfiður tími fyrir hana. Ef það væri ekki fyrir jólasýninguna þá ætti hún virkilega erfitt, væri enn meira á nálum og skapið yrði henni eflaust að falli.

Góða kvöldið öll sömul, gaman að sjá ykkur. Áður en við byrjum langar mig að spyrja hvort þið

hafið séð elsku Möggu og Ingvar eitthvað nýlega?
Hópurinn hristir hausinn. Ég hef bankað upp á hjá
þeim nokkrum sinnum síðustu vikur, um daginn
sá ég hann í stofuglugganum en hann svaraði
engu, horfði bara á mig og fór svo í næsta herbergi.
Ég hef miklar áhyggjur af þeim, ég bankaði aftur
upp á hjá þeim síðast í gær en það kom enginn til
dyra, segir Vignir áhyggjufullur. Já einmitt, ég
bankaði hjá þeim í fyrradag bæði um morguninn
og svo aftur eftir vinnu en það svaraði enginn,
sagði Alma forvitin á svipinn. Haldið þið að það sé
ekki í lagi með þau? Spyr Binni áhyggjufullur. Ég
bara hreinlega veit það ekki, segir Vignir. Já við
skulum bara fara í þetta mál strax í fyrramálið,
Vignir, kemur þú með mér í það? Segir Alma. Já
alveg sjálfsagt, segir Vignir ákveðinn.

En nú að öðru vinir mínir, jólasýningin er á
næsta leyti eins og þið vitið. Þetta verður auðvitað
bara með sama sniði eins og alltaf. Að vinna fjögur
ár í röð er auðvitað frábært en við erum ekki södd,
er það nokkuð? Segir Alma kímin en ákveðin. Nei
nei, svarar hópurinn glaðlega. En ég er með nýjar
fréttir, svakalega spennandi. Ég er búin að hlakka

mikið til að geta sagt ykkur frá en í gær var þetta staðfest. Hópurinn sperrir eyrun. Já sko, BBC sjónvarpsstöðin í Bretlandi vill koma hingað og gera heimildarmynd um götuna okkar. Sem sagt um jólasýninguna. Þeir myndu koma seint í desember og fylgjast með undirbúningi, taka viðtöl við okkur flest og fylgja okkur eftir að einhverju leyti. Hópurinn iðar allur í stofunni. Það eru umtalsverðar fjárhæðir í spilinu sem kæmi sér auðvita vel fyrir okkur öll, en aðalatriðið að mér finnst, er auðvitað bara hvað þetta er ofboðslega skemmtilegt, segir Alma uppnumin og spennt. Hvað segið þið? Hópurinn bregst vel við þessum fréttum. Binni tekur til máls, verður þetta þá sýnt hérna heima? Það held ég alveg örugglega, en þeir tala eins og þessi mynd verði sýnd um allan heim, segir Alma brosandi. Ok, næs! Kallar Binni. Binni og frú eru yngst í þessum hóp, á fimmtugsaldri. Binni er töffarinn í götunni, alltaf klæddur eins og hann sé að fara í veiði, á veturna lítur hann út eins og hann sé að fara skjóta elg í skosku hálöndunum og á sumrin er hann klæddur eins og hann sé að fara í leiðangur til Afríku. Binni er athafnamaður, skipuleggur tónleika og ráðstefnur, ætti auðvita að sjá um jólasýninguna og vorhátíðina en Alma er of frek, hún gerir allt best. Honum er alveg sama, hann hefur nóg annað að gera. Hvað segið þið krakkar, eigum við að samþykkja þetta góða boð? Segir Alma brosandi. Hópurinn brosir til hennar og kinkar kolli. Skúli minn, náðu í kampavínið, gerðu eitthvað gagn, segir Alma glaðlega. Skúli stendur úr stól sínum og nær í herra Bollinger. Hópurinn stendur upp úr sætum sínum, allir eru glaðir og spenntir. Skúli hellir í glös og réttir hópnum. Skál elskurnar mínar, þetta verður stórkostlegt ævintýri, segir Alma skælbrosandi. Skál, kallar hópurinn ákveðið

Alma ýtir ákveðið á bjölluna hjá Ingvari og frú. Með henni er Vignir og tveggja barna einstæð móðir úr Grafarvoginum og ungur maður, ekki mjög hár í loftinu en þrekvaxinn mjög, voru þau bæði klædd í lögreglubúning. Alma ýtir í þriðja skiptið á bjölluna, enginn kemur til dyra.

Hvað er eiginlega að gerast þarna inni? Segir Alma forvitin. Vignir er áhyggjufullur á svipinn.

Hafið þið ekkert heyrt í þeim í nokkra daga segið þið? Spyr lögreglukonan.

Nei ekkert heyrt, segir Vignir þunnu hljóði.

Nú eru bílarnir þeirra fyrir utan, svo þau ættu að vera heima. Þau fara ekki í göngutúr þetta snemma er það? Spyr lögreglumaðurinn. Neinei, þau eru heima. Eftir slysið hafa þau bara verið heima, ég hef ekkert séð Möggu konu hans en sá Ingvar rétt aðeins fyrir nokkrum vikum í gegnum gluggann, mér leið eins og ég hefði séð draug, það var alveg skelfilegt að sjá manninn. Lögreglukonan labbar í kringum húsið. Binni kemur út úr húsi sínu hinum megin við götuna, hann og Vignir kinka kolli. Lögreglukonan kemur aftur fram fyrir húsið. Ég leit inn um gluggana, ég sá ekkert líf. Hvað getum við gert? Spyr lögreglumaðurinn. Við verðum að fá einhvern til þess að opna hurðina, hringdu í lyklaþjónustuna, segir lögreglukonan. Vignir og Alma standa til hliðar. Ég ætla hringja í hann, segir Vignir. Vignir tekur upp símann og hringir.

Hann svarar ekki, segir Vignir áhyggjufullur. Á ég ekki bara að sparka upp hurðina, við vitum ekkert hvað er eiginlega í gangi þarna inni, segir lögreglumaðurinn. Já það er kannski bara best, segir lögreglukonan. Vignir og Alma bakka aðeins frá hurðinni. lögreglumaðurinn hnykkur höfðinu og fer í stellingar. Ingvar hlerar hvert einasta orð hinum megin við útihurðina. Hann er orðinn fúlskeggjaður fyrir utan efri vörina, þunnar hárflygsur leggjast niður að munnvikinu. Hann er með bauga niður á höku, hárið fitugt og úfið. Hann er skjálfhentur og angar eins og brugghús, í skítugum nærfötum og í rauðum slopp yfir. Á sama augnabliki og lögreglumaðurinn fer af stað úr atrennu opnar Ingvar hurðina.

Góðan daginn hér, segir Ingvar rámur.
Vigni bregður en kinkar svo kolli og brosir, honum er létt.

Góðan daginn vinur, ert þú Ingvar Arnarson? Spyr lögreglukonan.

Já, það er ég. Hvað get ég gert fyrir ykkur?

Vinir ykkar hafa haft miklar áhyggjur af ykkur, þið hafið ekki haft neitt samband við umheiminn, við vildum bara athuga hvort allt væri ekki í lagi.

Jájá skil þig, við erum bara hér. Höfum bara

hægt um okkur. Við eigum svolítið erfitt núna.

Já þau sögðu okkur frá slysinu, við samhryggjumst ykkur innilega.

Takk fyrir það. Það eru allir farnir að finna á sér, brennivínslyktin er svo sterk af Ingvari.

Hvar er Magga? Spyr Alma ákveðið.

Hún er uppi, sofandi.

Þú verður að fara vel með þig vinur, mér sýnist vera kominn tími á eina langa sturtu jafnvel, segir lögreglukonan.

Jájá það má vera, segir Ingvar og klórar sér í kollinum. Vignir stígur fram. Heyrðu Ingvar, við Alma vildum aðeins fá að tala við þig, segir Vignir.

Já, hvað var það?

Já sko, fundurinn um jólasýninguna var í gær hjá Ölmu. Mjög góður fundur þar sem við ræddum sýninguna í ár. Alma sagði okkur frá nýju ævintýri sem er sem sagt að BBC sjónvarpsstöðin í Bretlandi vill koma og taka upp heimildarmynd um okkur öll og sýninguna. Ég held að þetta gæti verið lyftistöng fyrir ykkur Möggu, að koma ykkur aftur í gang, hafa eitthvað fyrir stafni. Ég veit að þetta er hræðilegur tími og ég get ekki ímyndað mér hvernig það er hægt að takast á við svona en kannski ef þið leyfið okkur vinum ykkar að hjálpa eins mikið og mögulegt er og svo að hafa eitthvað til þess að hlakka til eins og okkar frábæru sýningu þá kannski batnar lífið hægt og rólega, segir Vignir blíðlega.

Það verða engin jól hér í ár, segir Ingvar rámur og skellir hurðinni á þau. Bíddu fyrirgefðu! Halló! Alma bregst illa við og bankar á hurðina og dinglar á bjölluna.

Nú skulum við segja þetta gott, þau eru heil á húfi, við komum til þess að komast að því, segir lögreglukonan. Við erum ekki búin að tala við hann! Alma er orðin æst. Jú þetta er komið gott í dag frú mín. Þetta tekur tíma. Þið verið að gefa þeim tíma. Vignir kinkar kolli í geðshræringu. Alma hristir hausinn. Andskotans rugl er þetta, segir Alma. Við hljótum að geta talað aðeins saman. Ekki í dag, þú getur reynt aftur á morgun, segir lögreglukonan.

Vignir, þú veist hvað er undir hér, þú verður að hjálpa mér með þetta.

Við verðum kannski bara að gefa þeim meiri tíma, leyfa þeim að syrgja, segir Vignir

Jájá auðvitað, en samt þá þurfum við að komast í botns í þessu máli, það er stutt til jóla og mikið sem þarf að gera, þetta verður stærsta sýningin til þessa. Þú skilur hvert ég er að fara?

Jújú ég skil þig Alma mín. Hann hlýtur að koma til. Við tölum við hann aftur.

Ok, þá segjum við það, nú skulum við fara héðan, segir lögreglukonan.

Já takk kærlega fyrir hjálpina, Vignir kinkar kolli. Lögreglumennirnir fara í bíl sinn og keyra burt. Vignir kveður Ölmu á gangstéttinni fyrir utan húsið. Alma horfir fram á Skarfanes 18 og dæsir.

Engin jól, nei takk Ingvar minn! Segir Alma upphátt við sjálfan sig.

Vikan líður og ekkert breytist í Skarfanesinu. Alma vaknar snemma á köldum laugardagsmorgni. Það er einungis eitt verkefni á blaði hjá henni í dag og það er að ná tali af Ingvari. Hún setur á sig húfu og tekur upp gjallarahornið sem Skúli fann fyrir hana í bílskúrnum. Hún arkar út úr húsi ákveðin, Rebbi fógeti trítlar á eftir henni. Hún hringir á bjöllunni hjá Ingvari. Enginn kemur til dyra.

Andskotinn er þetta! Alma er pirruð og reið. Hún hringir aftur bjöllunni. Hún bíður. Enginn kemur til dyra. Hún bakkar frá hurðinni og stoppar á gangstéttinni fyrir framan húsið. Hún kveikir á gjallarahorninu og kallar hátt og skýrt.

INGVAR ARNARSON OG MARGRÉT FINSEN, VILJIÐ ÞIÐ GJÖRA SVO VEL OG VAKNA! ÉG ENDURTEK, NÚ ER RÆS! NÚ SKAL VAKNA!

Binni kemur út úr húsi sínu hinum megin við götuna,

Hvað er í gangi hérna!? *GÓÐAN DAGINN BINNI,* Alma gleymdi að slökkva á tækinu en tekur svo hornið frá munninum og heldur áfram, afsakið lætin, ég er að bara að reyna að ná sambandi við þau, ég þarf að tala við þau. Er þetta ekki aðeins of langt gengið samt? Spyr Binni. Eitthvað verð ég að gera, ég verð að fá svör hér! Alma er aftur orðin æst. Binni hristir hausinn og fer aftur inn.

Hvað er í gangi? Spyr konan hans. Hún Alma er

bara orðin eitthvað geðveik, held ég, segir Binni um leið og hann fer úr skónum. Á sömu stundu heyra þau hjónin aftur í gjallarahorninu,

INGVAR ARNARSON, VILTU GJÖRA SVO VEL OG KOMA TIL DYRA!

Það er ekki í lagi með þetta lið, segir Binni hneykslaður. Ingvar opnar hurðina heima hjá sér. Hvað í andskotanum viltu þarna!? Ertu orðin snar geðveik!? Alma slekkur á gjallarahorninu og labbar í áttina til Ingvars. Henni bregður útlitið á honum. Hann hafði greinilega ekki farið í sturtu eins og lögreglukonan mælti með.

Ingvar minn, ég verð að tala við þig. Við verðum að tala um jólasýninguna. Mér er andskotans sama um þessa sýningu. Það verða engin jól á þessum bæ í ár, var ég ekki búinn að segja þér það!! Ingvar er blindfullur og mjög æstur. Rebbi fógeti geltir á hann. Ingvar minn, það þýðir ekkert að láta svona! Alma svarar í reiði. Láttu okkur í friði, heyrir þú það!! Ingvar skellir hurðinni í lás. Rebbi geltir hærra.

Hvaða andskotans.. Alma er undrandi og í

algjöru sjokki. Hún skilur ekki afhverju hann þarf
að vera svona dónalegur. Hún labbar ráðþrota
heim til sín. Tíminn flýgur á degi sem þessum og
áður en Alma vissi af var komið kvöld. Skúli var í
eldhúsinu að setja diska í uppþvottavélina. Alma
situr í sófanum og horfir á konu í sjónvarpinu sem
er að leika Englands drottningu. Dagurinn hjá
Ingvari var líka fljótur að líða. Hann hélt áfram að
drekka þangað til hann drapst í stofunni. Þegar
hann vaknaði aftur, hélt hann áfram að drekka og
fékk hann þá þessa frábæru hugmynd fannst
honum. Hann fór inn í bílskúr, safnaði saman öllu
fína rándýra jóladótinu, jólaseríunum, stóra
snjókallinum, nýja Rúdolf hreindýrinu, allt heila
klabbið. Setti allt dótið í kerru og festi kerruna á
krókinn á bílnum. Hann tók líter af bensíni með á
brúsa og lagði af stað heim til Ölmu. Skúli stendur
við uppvaskið og sér Ingvar henda jóladótinu sínu
af kerrunni í haug út á miðri götu. Hvað er
maðurinn að gera, spyr Skúli sig. Ingvar hellir
bensíni yfir hauginn og kveikir í. Alma! Alma!
Skúli kallar á konu sína. Alma kemur inn í eldhús,
hvað? Hvaða læti eru þetta? Ingvar er búinn að

kveikja í einhverju úti á götu. Hvað segir þú? Alma
er undrandi. Hjónin opna útihurðina og sjá greyið
Rúdólf í ljósum logum. Ingvar stendur við hlið
bálsins valtur í sessi með flösku í hönd. Alma og
Skúli eru undrandi og sorgmædd á svipinn. Þau sjá
að Ingvar er að kalla til þeirra en þau heyra ekki
hvað hann er að segja, hann bæði talar óskýrt og
svo hvínir í vindi og báli. Ingvar drekkur síðasta
sopann úr flöskunni og kastar henni svo í átt að
hjónunum. Flaskan lendir í innkeyrslunni hjá
þeim án þess að brotna.

Andskotans!! Hrópar Alma. Hún fer í skó og
strunsar út á götu. Skúli heldur fógetanum
innandyra. Alma mætir Ingvari, eldglæringar rjúka
upp. Alma horfir á nágranna sinn, hún er bálreið
og vonsvikin.

Hvað í andskotanum ertu að gera maður?!

Ég er að halda brennu!

Ertu orðinn eitthvað klikkaður?! Slökktu í þessu
báli strax, áður en ég hringi í lögregluna.

Ég er búinn að segja þér það, það verða engin jól
í ár!

Af hverju lætur þú svona, spyr Alma vonsvikin.

Láttu okkur bara í friði, skilur þú það?!! Ingvar er vel undir áhrifum og óskýr í máli. Nú slekkur þú þennann eld og tekur upp þetta helvítis drasl!! Ég á ekki þetta drasl. Þú átt þetta drasl, ég var að gefa þér það. Jólagjöfin mín í ár. Gjörðu svo vel elskan.

Þetta er ekki jólagjöf, þú verður að gera betur en þetta. Ég vænti þess Ingvar að þú takir upp þetta helvítis drasl núna eða strax í fyrramálið, er það skilið? Skilur þú mig?!! Ingvar með augnlokin hálf opin, kinkar kolli til Ölmu. Hann snýr sér við á punktinum, fer upp í bíl sinn og keyrir burt. Alma horfir öskrandi reið á eftir honum. Rúdólf og Snæfinnur vinur hans eru orðnir að plastdrullu. Skólastjórinn fer inn í hús. Ég hringi í lögguna, segir Skúli í uppnámi. Nei, ekki gera það. Við látum þetta bara brenna. Ingvar tekur þetta upp í fyrramálið. Rosalega á hann orðið bágt maðurinn. Já þetta er mikið sorglegt, segir Alma og faðmar mann sinn.

Rauð laufin hafa safnast saman við brunarústirnar

út á miðri götu fyrir framan hús Ölmu og Skúla. Hjónin virða fyrir sér ástandið áður en þau setjast í bíla sína og keyra af stað í vinnu. Skúli fer á undan, Alma stoppar hjá húsi Ingvars. Hún fer út úr bílnum sínum með gjallarahornið sér í hönd og byrjar að kalla á Ingvar í innkeyrslunni.

PÚ ÆTTIR AÐ SKAMMAST ÞÍN, INGVAR ARNARSON! ÞÚ SKALT TAKA UPP ÞETTA DRASL Í DAG! ÉG MUN EKKI LÍÐA ÞETTA! HEYRIR ÞÚ Í MÉR INGVAR?!! ÉG KREFST ÞESS AÐ ÞÚ SVARIR MÉR!!

Binni kemur út úr húsi, tilbúinn í veiði. Honum er heitt í hamsi, hann strunsar yfir götuna og kallar á Ölmu.

Er þetta ekki komið gott kona?

Alma snýr sér við. Nei ég er rétt að byrja!

Við verðum að gefa þeim tíma til að syrgja, þú hlýtur að skilja það? Auðvita skil ég það, Brynjar. En hann er bara stjórnlaus orðinn og hættulegur. Lokar sig inni fyrir alheiminum heilu vikurnar, drekkur sig blindfullan, ekkert heyrist í Möggu, guð veit hvað hann er búinn að gera við hana.

Láttu ekki svona. Þú verður að gefa þeim tíma.

Þetta er ekki rétta leiðin, drekka sig blindfullan og vera með óspektir og skemmdarverk daginn út og inn.

Um hvað ertu að tala?

Já þú veist ekki hvað hann gerði í gær? Hann kemur seint í gærkvöldi, dömpar öllu jóladótinu sínu í hrúgu fyrir framan húsið mitt og kveikir í því. Maðurinn stóð varla í lappirnar, henti tómri flösku í átt til mín og var bara til skammar!

Já ég skil þig, þetta er ekki gott. Hann á bara mjög erfitt maðurinn, það er greinilegt. Það vill enginn vera í hans sporum eftir þennan harmleik. Við verðum bara að reyna að sýna honum skilning og styðja hann í þessari baráttu. Þetta er ekki rétta leiðin, standa með gjallarahorn fyrir framan hús hans og öskra á hann.

Brynjar, þessi maður er stórhættulegur, hann ógnaði mér í gærkvöldi. Hann er heppinn að ég hringdi ekki á lögregluna. Svo gasprar hann út í loftið að það verða engin jól í ár, engin jólasýning og kveikir í öllu draslinu sínu, þetta er bara ekki í lagi.

Það er kannski ekki svo vitlaus hugmynd, að sleppa jólasýningunni í ár. Í virðingaskyni fyrir Ingvar og Möggu, segir Binni hugsi.

Við erum ekki að fara sleppa jólasýningunni, ertu frá þér maður?! Þetta er sýningin okkar. Ég hefði haldið að þessi sýning væri akkúrat það sem þau þurfa, eitthvað haldreipi til þess að komast aftur upp á lappir.

Jájá, ég skil þig, segir Binni áhyggjufullur.

Sýningin í ár, hefur aldrei verið stærri. Ég er búinn að skrifa undir samning við BBC. Þeir eru gríðarlega spenntir og koma til landsins áður en við vitum af, þetta er svo fljótt að líða. Það á eftir að gera rosalega mikið og pressan aldrei verið eins mikil, það verður allt að vera fullkomið. Ég veit að Ingvar og Magga eiga rosalega erfitt þessa dagana og ég veit að við verðum að hjálpa þeim og ég er að reyna að hjálpa þeim, trúðu mér, segir Alma í uppnámi. Ég veit að þú ert að reyna að hjálpa þeim en að standa fyrir utan hjá þeim með gjallarahorn er ekki að hjálpa, það er bara gengur ekki, segir Binni ákveðinn. Alma kinkar kolli og brosir blíðlega til Binna.

Eigðu góðan dag, segir Binni og labbar til baka að húsinu sínu. Sömuleiðis vinur, segir Alma og fer í bílinn sinn og keyrir burt.

Ingvar situr við eldhúsborðið með opna bjórdós fyrir framan sig. Hann er glær í framan með bauga niður á höku. Hann er ekki viss hvort bálið í gær var draumur eða hafi raunverulega gerst. Hann er það dofinn á líkama og sál að honum er alveg sama, heimurinn breyttist í martröð á einni nóttu, lífið er bara búið, þau eru komin á endastöð. Ingvar starir gapandi á ristavélina. Dauðaþögn er í húsinu. Ingvar situr stjarfur í stólnum, hann heyrir í þögninni. Hann kemst ekki úr stólnum. Honum finnst eins og hann sé tonn af þyngd og geti hvergi hreyft sig. Hvert ætti hann hvort sem er að fara. Hvað á hann að gera þegar hann stendur upp. Hann verður kvíðinn við tilhugsunina. Á hann að fara inn í stofu og setjast þar niður, eða á hann að leggjast í rúmið í gestaherberginu, fela sig í helli eins og Magga. Á hann að fara inn í bílskúr og skjóta sig í hausinn. Á hann að fá sér annan bjór. Ingvar andar djúpt að sér, klárar úr bjórdósinni og stendur upp eins og steinrunnið tröll. Hann opnar ísskápinn og nær sér í aðra bjórdós. Ingvar er í hægagangi, tekur stutt skref í átt að hurðinni inn í bílskúr. Hann kveikir ljósin í bílskúrnum og lítur í kringum sig. Það er allt annað að sjá bílskúrinn þegar allt þetta jóladrasl er ekki hérna, hugsar hann. Miklu meira pláss, Ingvar kinkar kolli. Hann labbar hægum skrefum í átt að gamalli kommóðu. Hann dregur fram efstu skúffuna. Í skúffunni er allskonar veiðigræjur, kíkir, nokkur sólgleraugu, áttaviti, flugubox, tveir litlir vasapelar, veiðihnífur, flugunet, skítug pípa, rauður opal og tveir pakkar af haglabyssum skotum. Hann tekur einn pakka af skotum og lokar svo skúffunni. Hann horfir á byssuskápinn fyrir ofan kommóðuna. Hann teygir sig og opnar skápinn. Í skápnum eru tvær byssur, Savage riffill og gömul Beretta tvíhleypa. Hann tekur haglabyssuna úr skápnum. Ingvar er einbeittur. Hann opnar byssuna. Hann horfir á pakkann með skotunum. Hann setur tvö skot í sitthvort hlaupið. Hann beinir byssunni upp að hökunni sinni og mundar gikkinn með vísifingri. Hann fær tár í augun. Allt lífið birtist honum á örsekúndu, allar minningarnar, allt það súra og allt það sæta. Á svipstundu verður honum skítkalt og fær hann gæsahúð alveg niður í tær. Ingvar andar djúpt og hratt á meðan hann tekur byssuna frá andliti sínu. Hann á erfitt með að halda hendinni stöðugri þegar hann opnar byssuna og tekur skotin úr henni. Hann reynir að flýta sér eins hratt og hann getur í að ganga frá byssunni upp í skáp aftur. Hann teigar síðasta sopann eins og hann væri hans síðasti. Hann labbar hratt inn í hús aftur. Honum er kalt en samt lekur svitinn af honum. Hann fer upp stigann og bankar á hjónaherbergishurðina. Magga! Magga! Nú verður þú að vakna! Ég get þetta ekki lengur. Ingvar starir á hurðina og bíður eftir svari. Þögnin ýþyngir manninn.

Dyrabjallan hringir. Ingvar er límdur við gólfið. En svo tók hann ákvörðun, það er annað hvort að sitja á þessu gólfi og grenja fram á kvöld eða standa upp, beinn í baki og takast á við þetta. Ekki láta myrkrið vinna, hugsar hann. Hann verður að berjast fyrir hönd þeirra beggja, hann verður að vera sterkur þegar hún vaknar. Hann þarf að vera kletturinn, límið sem heldur þeim saman. Ingvar ræskir sig og stendur upp, þurrkar tárin úr augunum, fer niður og til dyra. Vignir stendur stressaður á stéttinni og kinkar kolli til Ingvars.

Sæll vinur, segir Vignir rólega.

Sæll og blessaður.

Hvað segir þú gott í dag?

Bara allt ágætt, segir Ingvar.

Það er orðið svo langt síðan ég hef séð þig.

Jájá einmitt, það er bara..

Ingvar myndi helst vilja brotna niður og krjúpa hjá vini sínum og halda áfram að gráta en hann leyfir sér það ekki. Ég skil vinur, svona er þetta bara núna, segir Vignir vingjarnlega. Já einmitt, Ingvar kinkar kolli.

Það er ekki heitt á könnunni? Spyr Vignir.

Ha? Nei því miður ekki í dag.

Ég get búið til kaffi handa okkur, segir Vignir glaðlega. Ekki í dag vinur, stendur ekki vel á núna, Ingvar ræskir sig.

Allt í góðu, það væri gott ef við gætum tekið smá spjall, fljótlega, kannski seinna í vikunni?

Já, við skulum skoða það vinur minn, hringdu í mig á morgun og við reynum að finna einhvern betri tíma.

Já, endilega það væri gott. Ég bið þá bara að heilsa þér í bili, ég heyri í þér á morgun. Allt í lagi vinur, við sjáumst. Bless, Vignir kinkar kolli.

Daginn eftir hringir Vignir, Ingvar var kominn á ról. Það lá ágætlega á honum, búinn með þrjá bjóra fyrir hádegi, rútínan heldur velli. Stuttu eftir tvö fréttir býður Ingvar, Vigni inn fyrir. Strax og Vignir labbar inn finnur hann hvað loftið er þungt, bjór stækjan af Ingvari blandast við svitalykt og óþrifnað. Hann tekur eftir rykinu á gólfinu, sem færist á milli staða og svífur upp með veggjunum. Hann á erfitt með að anda. Lykt af dauðanum hefur fest sig í húsinu. Hann er hálf feiminn við vin sinn, hann þekkir ekki þennan mann sem stendur fyrir framan hann. Vignir verður áhyggjufullur og sveittur í lófunum.

Það er heitt á könnunni, segir Ingvar og brosir eilítið.

Já takk fyrir það, Vignir kinkar kolli.

Fáðu þér sæti inni í stofu, ég kem með kaffið. Vignir gerir sem honum er sagt. Hann lítur í kringum sig þegar hann er sestur. Hann hefur oft setið í þessum sófa og skemmt sér konunglega, húsið iðandi af lífi, góð matarlykt og tónlist á fóninum og þau Magga alltaf svo góðir gestgjafar, alltaf hlý og glöð í bragði. Að sjá þetta draugabæli í dag, hugsar hann með áhyggjusvip. Ingvar heldur á kaffibrúsa og er með tvo bolla í hinni hendinni. Hann setur bollana á borðið, hellir kaffinu og réttir Vigni annan bollann. Eftir stutt spjall um daginn og veginn fór Vignir að snúa sér að alvöru málsins.

Ég frétti að þú hafir verið með smá sýningu fyrir framan húsið hennar Ölmu um daginn? Já einmitt, það var smá atriði þar. Er þetta ekki aðeins of langt gengið Ingvar? Segir Vignir ákveðið. Ég er bara orðinn mjög þreyttur á henni Ölmu, hún er svakalega þrjósk eins og hún hefur alltaf verið. Hún virðist bara ekki skilja það að við höfum bara ekki vilja né getu til þess að taka þátt í þessari sýningu í ár. Ég skil þig, en kannski er þessi sýning bara sú lyftistöng sem þið þurfið, eitthvað reipi til þess að halda í, við öll í götunni myndum að sjálfsögðu hjálpa ykkur alla leið, við viljum ykkur bara gott, líka Alma.

Jájá einmitt. Við bara treystum okkur ekki í það núna. Við finnum enga löngun til þess. Og Alma er ekki að hjálpa, hún leggur mig í einelti alla daga, sigar lögreglunni á mig og stendur fyrir framan húsið og kallar á mig öllum illum nöfnum.

Hún er að reyna að hjálpa þér. Við erum öll að reyna að hjálpa ykkur. Við þurfum enga hjálp! Þið þurfið bara að láta okkur í friði. Ingvar er orðinn æstur. Þið hafið ekkert hugsað um að setja húsið á sölu? Spyr Vignir varfærnislega eftir smá þögn. Jæja, heyrðu nú er þetta bara komið gott! Þetta kemur væntanlega frá Ölmu líka? Nú skalt þú bara fara vinur. Ingvar, láttu ekki svona, ég var bara að spyrja. Þú getur fengið gott verð fyrir húsið. Þið skiljið ekki neitt! Farðu nú heim til þín Vignir og láttu okkur í friði. Ingvar stendur yfir Vigni og bíður eftir að hann standi upp. Vignir labbar þungum skrefum í átt að útihurðinni. Hann snýr sér við og segir blíðlega, Ingvar minn, gerðu það, ekki vera einn í myrkrinu, leyfðu okkur að hjálpa. Við þurfum enga hjálp segir Ingvar brúnaþungur.

Vignir fer út. Hann labbar hægum skrefum heim til sín, virðir fyrir sér götumyndina.

Sólin rís og bræðir snjóinn. Ingvar situr við eldhúsborðið með spælt egg á brauði og litla bjórdós í morgunsárið. Inn kemur Margrét. Ingvar gapir á hana.

Elskan, ertu vöknuð!

Margrét kinkar kolli til Ingvars. Hún er með úfið hárið, grá í framan með líflaus augu. Ingvari brá aðeins, hún var orðin svo grönn og veikluleg. Ingvar stendur úr stól sínum, hann hikar í skrefinu, hann langar að knúsa hana fast að sér. Hann tekur í hönd hennar, Margrét skynjar hlýju hans og fær tár í auga. Þau faðmast varlega á miðju eldhúsgólfinu.

Fáðu þér sæti elskan mín, segir Ingvar blíðlega.

Margrét sest varlega við borðið. Hún er þögul sem gröfin. Ertu svöng? Á ég ekki að gefa þér eitthvað að borða? Viltu egg? Súrmjólk, ég gef þér súrmjólk. Viltu það elskan, viltu súrmjólk og brúnan sykur? Það gerir þér gott, það er auðvelt að borða það. Augasteinarnir hans Ingvars hafa stækkað töluvert eftir að Margrét kom inn í líf hans á nýju. Hann vill ólmur hjálpa henni, gefa henni að borða, sýna henni hlýju. Hann færir henni súrmjólk í skál og stráir brúnum sykri yfir. Hérna elskan mín, endilega borðaðu nú smá. Margrét horfir á mann sinn setjast í stól sinn fyrir framan sig. Hún fær sér hálfa skeið af súrmjólkinni. Ingvar fylgist með einbeittur. Honum finnst erfitt að horfa á elsku konu sína í þessu ástandi, skjálfandi hrísla sem á erfitt með að halda á skeiðinni. Það fer hrollur um hann að hugsa svona. Hann fær sér stóran sopa af bjórnum og heldur svo áfram að styðja konu sína. Svona elska mín, fáðu þér aðeins meira. Margrét horfir á hann, einbeitt. Hún ræskir sig.

Ert þú farinn að drekka bjór í morgunmat? Örsjaldan geri ég það já, svarar Ingvar half skömmustulegur. Hvaða vikudagur er í dag, spyr Margrét. Ég er bara ekki alveg viss, miðvikudagur held ég. Er þetta ekki full langt gengið Ingvar minn, það er brennivíns fýla í öllu húsinu.

Hvað er þetta! Ingvar verður smá pirraður. Ég fæ mér stundum aðeins í glas, þú veist hvernig ég er.

Já en þetta er nú samt eitthvað nýtt, það hefur eitthvað mikið gengið hér á. Heyrðu elskan mín, borðaðu matinn þinn, það er það sem skiptir mestu máli núna. Þú ert kominn fram, þú getur ekki ímyndað þér hvað það gleður mig mikið. Nú skiptir öllu máli að koma þér á lappir. Ég hef áhyggjur af þér, muldrar Margrét. Hafðu engar áhyggjur af mér elskan mín. Kláraðu diskinn þinn og svo mæli ég með því að þú farir í sturtu, það er vond lykt af þér, segir Ingvar blíðlega, brosir í annað en þó samt smá pirraður.

Margrét fer í langa sturtu. Hún þvær á sér hárið þrisvar sinnum. Hún á erfitt með að láta sápuna í friði, það er eins og hún sé að reyna að þrífa allt það ljóta í lífinu, hugsun hennar fer á flug og hún skrúbbar hraðar og fastar. Hún fer með hausinn undir heita bununa, lokar augunum og hugsar bara um vatnið sem seytlar frá hársrótinni, niður í tær. Hún tekur sér langan tíma á baðherberginu, hún þurrkar sér vel og vandlega í hægum hreyfingum. Hún blæs á sér hárið. Hún setur smá kinnalit í kinnarnar. Hún labbar nakin inn í svefnherbergi, fer í hreinar nærbuxur og bol og í þægilegar joggingbuxur. Hún horfir á sig í speglinum, setur á sig ilmvatn og andar djúpt að sér. Í örskamma stund er lífið næstum því venjulegt. Hún fangar augnablikið. Ingvar þefar hana uppi eins og refur í hænsabúi. Þau faðmast á nýjan leik, Ingvar lyktar af hárinu hennar og kyssir hana á ennið. Þau leiðast niður stigann og setjast svo við borðstofuborðið. Bæði eru fámál í fyrstu, horfa í augu hvor annars og brosa. Margrét teygir sig svo fram með olbogana á borðið og segir að nú verði breytingar á heimilinu, hún vill að Ingvar hætti að drekka, hún setur það sem skilyrði ef þau ætla að gera tilraun til þess að halda áfram með lífið. Ingvar brotnar niður, bregst í grát og lofar að setja tappann í flöskuna. Margrét huggar mann sinn og sendir hann svo út í fiskbúð.

Nokkrir dagar líða og húsið hefur átt hamskipti, ást og hlýja í hverju horni. Við eldhúsborðið eitt kvöldið, stingur Margrét á því að Ingvar ætti að íhuga að fara aftur í vinnuna. Ingvari finnst sú tilhugsun góð. Í fyrsta skiptið í langan tíma hugsar hann um framtíðina. Daginn eftir hringir Ingvar í vinnuna og á þar gott samtal. Margrét fer út í göngutúr. Litlir sigrar í lífsins þraut. Enn fleiri dagar líða og nágrannar þeirra hafa tekið eftir því að lífið er að kvikna hjá þeim á nýjan leik.

Það er sunnudagur, 1. Desember á dagatalinu. Ingvar og frú byrjuðu daginn á að fara í sund. Þetta var stór stund fyrir Margréti sérstaklega. Hún hafði ávallt stundað sundlaugarnar mikið. Hún þótti mjög góður sundmaður, á árum áður var hún í sundfélagi, nokkrar konur sem hittust í lauginni og áttu það svo til að keppa í Viðeyjarsundinu þegar vel viðraði. Ingvar hefur ekki sama metnað en hann tekur nokkrar ferðir, fer svo í sánu og í pottinn. Þeim líður vel í dag. Ingvar búinn að vera edrú í rúman mánuð. Hann er byrjaður að vinna hálfan daginn. Eftir sundið fara þau heim. Ingvar ryksugar stofuna á meðan Margrét smyr hvítu kremi á gulrótarköku sem hún hafði bakað kvöldið áður. Alma og Vignir eru á leiðinni í eftirmiðdagskaffi til þeirra.

Klukkan slær þrjú, gestirnir eru sestir í stofuna. Margrét kemur með kaffið á bakka og sest svo hliðin á Ölmu. Ingvar og Vignir sitja hlið við hlið á móti þeim. Samtalið byrjar hægt og rólega, kökubiti og kaffi með vingjarnlegu spjalli. Eftir smá vandræðalega þögn, byrjar Alma.

Nú fer að styttast í að BBC koma til landsins, við í götunni erum öll orðin alveg svakalega spennt eins og gefur að skilja. Hafið þið eitthvað rætt sýninguna ykkar á milli?

Nei við höfum ekkert rætt það lengi, segir Margrét rólega. Við erum bara ekki alveg á þeim stað núna Alma mín.

En elskan, er þetta ekki nákvæmlega það sem þið þurfið, eitthvað til þess að dreifa huganum, við myndum að sjálfsögðu styðja ykkur og leggja í púkk og kaupa nýjar jólaseríur og allt það.

Um hvað ertu að tala, kaupa nýtt? Margrét spyr forvitin. Var Ingvar ekki búinn að segja þér frá því? Þegar hann mætti fyrir framan húsið mitt, blindfullur og kveikti í öllu jóladótinu ykkar? Alma horfir á Ingvar hneyksluð. Nei ég var ekki búin að heyra af því, horfir hissa á mann sinn.

Heyrðu, sko, ég var búinn að segja við ykkur bæði að við ætlum ekki að taka þátt í ár. Við erum á ágætum stað akkúrat núna og við ætlum bara að leyfa okkur að taka þetta í hægum skrefum og hugsa bara um okkur og okkar vellíðan, við þolum ekki allt þetta áreiti sem kemur með þessari sýningu, hvað þá að erlend sjónvarpsstöð sé að koma og taka einhverja bíómynd. Ingvar er ákveðinn, Margrét kinkar kolli og er sammála.

Já en Ingvar, það þýðir ekki að hugsa bara um sjálfan sig. Vignir verður vandræðalegur, honum finnst Alma ansi hvöss. Jú Alma mín við ætlum bara að hugsa um okkur núna, þú vonandi skilur það, segir Margrét rólega. Magga, í alvörunni, þið hafið bæði gengið í gegnum mjög erfiða tíma en þið eruð á betri stað núna og þá eigið þið að grípa tækifærið krakkar, öll gatan verður með ykkur í þessu, þetta er svo mikilvægt. Alma er ákveðin og sannfærandi.

Alma er þetta ekki bara komið gott? Ingvar spyr ákveðinn. Margrét er orðin sveitt á enninu og orðið órótt. Vignir, ætlar þú ekki að segja neitt? Spyr Alma. Vignir er hljóður. Allt í lagi, eitt verð ég að nefna, við Vignir töluðum við lögfræðing í síðustu viku.

Hvaða rugl er þetta, segir Ingvar æstur.

Leyfðu mér að klára, segir Alma ákveðin. Við töluðum við lögfræðing og hann sagði okkur að við gætum mjög líklega kært ykkur, það er að segja, götufélagið, gatan okkar getur kært. Það er eitthvað sem heitir einkamálalög. Við leggjum inn kæru og þið hafið 10 daga til að svara. Þetta væri síðasta úrræðið, trúið mér en ég vil samt segja að nú verðum við öll að standa saman.

Nú er nóg komið! Ingvar er orðinn reiður, Margrét skilur ekkert hvað er að gerast. Þetta er svo mikilvæg sýning krakkar, þið hljótið að skilja það? Það er búið að skrifa undir samning við BBC. Bæjarstjórinn verður á staðnum og borgarstjórinn í Reykjavík kemur að öllum líkindum líka. Þið sjáið það alveg, þessi sýning er stærri en við sjálf.

Alma, nú ferð þú héðan út! Ingvar er orðinn mjög reiður. Margrét er farin að skjálfa á ný. Alma tekur í höndina á henni.

Magga, ég veit hvað þú ert að ganga í gegnum, trúðu mér, ég hef misst svo mikið í mínu lífi. Allir hundarnir mínir sem ég elska meira en lífið sjálft hafa verið teknir frá mér. Sorgin er yfirþyrmandi en maður verður samt að vera sterkur, segir Alma ákveðin. Margrét brotnar í þúsund mola fyrir framan hana, hún afmyndast í framan, slær Ölmu utan undir og öskrar á hana frá hjartarótum,

DRULLAÐU ÞÉR ÚT! DRULLAÐU ÞÉR ÚT!

Vignir stekkur upp í geðshræringu og dregur Ölmu með sér úr stofunni og út á stétt. Eftir situr Margrét hágrenjandi á gólfinu. Ingvar situr stjarfur í sófanum. Svartur skuggi féll á húsið enn á ný. Margrét flúði aftur inn í herbergi, lá í rúminu grátandi, herti svo upp hugann en svaf samt ekki dúr um nóttina. Ingvar var reiður og leiður, hann hafði ekki langað svona mikið í drykk í nokkrar vikur, hann var að bugast. Hann langaði helst til að drekka sig bara í hel, hætta þessu lífi, hætta þessum sárindum en hann vissi líka að hann þyrfti að vera sterkur fyrir konu sína, hann er kletturinn og hann ætlar ekki að bregðast henni. Morguninn eftir vaknar Ingvar í hjónarúminu. Klukkan að ganga átta, það er niða myrkur úti. Hann kveikir á

borðlampanum. Hann er einn í rúminu. Hann fer
í sturtu og svo niður, fullklæddur og inn í eldhús.
Á eldhúsborðinu er miði sem á stendur, *"Fór í
göngutúr, elska þig"*. Ingvar glottir með augunum,
leggur frá sér miðann, fær sér vítamín og fer svo í
vinnuna.

Rétt eftir hádegið kemur Ingvar heim á ný.
Hann kallar á Margéti í anddyrinu, Magga, Magga!
Hún svarar ekki. Ingvar fer inn í eldhús, hún er
ekki þar. Hann fer upp í svefnherbergið, hún er
ekki heldur þar. Hvar er konan, spyr Ingvar sjálfan
sig. Dagurinn líður, Ingvar fer út að leita að henni,
kvöldfréttirnar eru byrjaðar í sjónvarpinu. Margrét
er ekki komin heim. Ingvar er orðinn mjög
áhyggjufullur. Hvar getur hún verið, spyr hann sig
í sífellu. Seinna um kvöldið hringir hann í
lögregluna. Hann útskýrir strekktur og órólegur
fyrir varðstjóra á vaktinni síðustu mánuði í lífi
þeirra í stuttu máli. Varðstjórinn segir að hann geti
lítið gert að svo stöddu en biður Ingvar um að
hringja aftur á morgun ef hún verður ekki komin
heim. Ingvar svaf ekkert um nóttina, hann starði
upp í loft og hugsaði um konu sína og brennivín

til skiptis. Strax um morguninn hringir hann aftur í lögregluna. Þeir svartklæddu eru mættir í Skarfanesið við sólarupprás. Ingvar er titrandi af hræðslu. Fleiri lögregluþjónar mæta á staðinn. Leit í nágrenninnu að Margréti er hafin. Lögreglan og skátarnir í Garðabæ leita fram á kvöld án árangurs. Næsta dag heldur leitin áfram, kafarar eru sendir á staðinn til að leita í sjónum. Nágrannar Ingvars taka sér frí í vinnunni svo þau geti hjálpað til við leitina.

Dagur tvö er að kvöldi kominn og ekkert sést til Margrétar. Ingvar er ósofinn, hann hefur ekki lagst í rekkju í tvo sólarhringa, augun hans eru þrútin af sorg enn einu sinni. Á þriðja degi er leit að mannshvarfi orðin fyrsta frétt í fjölmiðlum. Ingvar lokar sig af á heimili sínu. Fréttamenn banka upp á, í leit að frétt en grípa í tómt. Síminn hringir stanslaust. Ingvar situr á gólfinu í myrkrinu í gestaherberginu og grætur. Hann vildi óska þess að allir myndu láta hann í friði, hann verður að komast í vínbúðina annars lifir hann þennan dag ekki af, hugsar hann.

Binni og eiginkona hans og aðrir nágrannar hitta Ölmu eitt kvöldið. Binni er í forsvari fyrir nokkra í hópnum sem vilja hætta við sýninguna vegna þessa hörmulega atburða sem hafa hrjáð Ingvar og fjölskyldu. Alma tekur það ekki í mál, segir að það sé of seint að hætta við, það er búið að skrifa undir samninga. Það er of mikið í húfi og sýningin í ár verður að vera 100 % frábær í alla staði. Hún kemur með tillögu um að þau, nágrannar Ingvars taki málin í sínar hendur og skreyti húsið hans sjálf með eða án hans samþykki. Hún tekur það fram að stjórn götufélagsins lagði fram kæru fyrir nokkrum dögum og er Ingvar því í engri stöðu til þess að neita þáttöku. Binni hristir hausinn og mótmælir harðlega, er maðurinn ekki búinn að ganga í gegnum nóg! Kallar Binni. Alma er ógnandi í sinni sannfæringu og gefur í skyn að það sé hægt að kæra fleiri en bara Ingvar, allir sem ekki eru samstarfsfúsir, ættu hættu á að fá bréf inn um lúguna. Meirihlutinn á fundinum er sammála Ölmu og er það því ákveðið að hús Ingvars muni verða skreytt. Binni fer af fundinum í fússi.

Vikan líður undir lok og leitin að Margréti hefur

formlega verið hætt. Allir helstu fréttamiðlar landsins og slúðurberar kaffihúsanna eru á sama máli, lang líklegasta skýringin sé að Margrét er dáin. Ingvar komst út úr húsi á endanum og fór hann þá beinustu leið í vínbúðina til að byrgja sig upp. Á meðan hann sat í myrkrinu hafði hann gert upp hug sinn um að enda líf sitt. Með fullt skott af brennivíni hringdi hann í gamlan vin sem hann hafði ekki talað við í næstum því þrjátíu ár, gamall neyðslufélagi úr undirheimunum. Sá úprúttni syndaselur reddaði Ingvari nokkrum grömmum af kókaíni og fimm grömmum af grasi. Ingvar var búinn að fá nóg af lífinu, engin framtíð í kortunum, einungis hatur, bölmæði, og nístandi þunglyndi. Hann hugsaði þetta þannig að fyrst hann hafði það ekki í sér að drepa sig með haglabyssu þá mun hann drekka sig til dauða.

Nágrannar Ingvars eru byrjaðir að skreyta húsin sín. Binni er með sonum sínum tveimur að festa risavaxna jólasveininn upp á þaki, Vignir stendur í stiga að skreyta tré. Koll af kolli lýsist gatan upp. Seinna um daginn stoppar sendiferðabíll fyrir utan Skarfanes 18. Alma og maðurinn hennar, Binni og aðrir nágrannar mæta á staðinn. Þau byrja á því að taka úr bílnum tugi kassa af jólaseríum. Alma tekur stjórnina og skipar mönnum í verkefni. Binni setur upp hreindýr í garðinum, Vignir og fleiri skreyta trén. Ingvar horfir út um gluggann og sér mannskapinn, hann heyrir í mannaferðum upp á þaki. Í sömu andrá hringir dyrabjallan. Ingvar fer til dyra, Alma stendur þar fyrir framan hann.

Ég hef ekkert við þig að segja, hvað í andskotanum eruð þið að gera hér?

Við höfum ákveðið að gera þetta bara sjálf, það þarf að skreyta öll húsin í götunni, segir Alma ákveðin.

Þetta er einkalóð, skilur þú það ekki!

Við höfum lagt fram kæru á hendur þér, svo þú ert ekki í neinni aðstöðu til þess að neita samstarfi, húsið verður skreytt! Við þurfum að komast í rafmagn í bílskúrnum, viltu vinsamlegast opna bílskúrinn?

Það er eitthvað virkilega mikið að þér, veistu það! Ingvar er orðinn mjög æstur. Binni tekur eftir hamaganginum í Ingvari og færir sig nær samtalinu.

Sæll Ingvar minn, ég samhryggist þér innilega
með hana Möggu, það er engin leið að vita hvað
þú ert að ganga í gegnum þessi misserin, þetta er
bara alveg hræðilegt, segir Binni klökkur. Ingvar
kinkar kolli og róar sig niður. Því miður þá er
Alma í rétti eins asnalega og það hljómar, ef þú
vildir vera svo vænn og opna bílskúrinn þá getum
við klárað þetta hratt og örugglega og látið þig svo
í friði, gætir þú gert það fyrir mig, Ingvar minn?
Ingvar horfir þungur á brún á þau bæði. Binni er
einlægur á svipinn á meðan Alma er pirruð. Ég
nenni ekki að tala við lögguna svo þið skuluð bara
gera það sem þið þurfið að gera.

Takk Ingvar, segir Binni auðmjúkur. Ef það er
eitthvað sem við getum gert, ekki hika við að.. Þið
eruð búin að gera nóg, grípur Ingvar framm í og
lokar hurðinni.

Binni andar djúpt. Tveimur mínútum seinna
opnast bílskúrshurðin. Nágrannar hans halda
áfram að vinna. Ingvar fær sér í nefið og blandar
sér í glas. Í ölæði sínu næstu daga leita allskonar
hugsanir að Ingvari. Flestar þessar hugsanir eru

ljótar og vondar hugmyndir. Eitt kvöldið fær hann hugljómun, allt verður kristalskýrt og hann veit nákvæmlega hvað hann þarf að gera. Í fyrsta skiptið í langan tíma vaknar hann með tilhlökkun. Hann fer í sturtu, borðar morgunmat og lætur bakkus eiga sig. Hann fer í bíltúr, stoppar á annan tug bensínstöðva tvo daga í röð og affermir svo bílinn í skjóli nætur.

Desember er fljótur að líða, mygluða skatan á Þorláki lét menn og konur svitna. Skarfanesið er komið í sparibúninginn enn á ný. Ingvar stendur í öngum sínum, dópaður í fjöruborðinu og horfir á haf út. Hann er sannfærður um að kona hans hafi synt í átt að örlögum sínum. Hann skilur af hverju hún valdi þessa leið, lífið verður aldrei eins og það var. Sárin munu aldrei gróa. Hún var hugrakkari en hann, synti í burtu frá þessu öllu saman, gott hjá henni, hugsaði hann.

Allt í einu, upp úr þurru birtist Rebbi hlaupandi og geltandi í átt að Ingvari. Rebbi glefsar í löppina á honum svo hann fellur við. Fógetinn heldur áfram aðförunni, Ingvar nær taki á steini sem fyllir lófann hans og lemur steininum eins fast og hann getur í hausinn á Rebba. Hundurinn hálf rotast við höggið, liggur með starandi augnaráð, tunguna út og ýlfrar hreyfingarlaus. Ósjálfrátt í algjöru sjokki lemur Ingvar steininum eins fast og hann getur í höfuðið á Rebba tvisvar sinnum í viðbót. Annað augað á honum hangir á taug meðfram trýninu.

Skólastjórinn og Skúli standa á miðju gólfinu í Leifstöð. Alma er eins og lítil stelpa í leikfangabúð. Hún átti von á tökuliðinu fyrr í mánuðinum en það skiptir ekki máli lengur, þetta er að gerast. Ingvar stendur í eldhúsinu, nefbroddur hans er hvítur og hendur hans eru blóðugar. Afhausað hræið af Rebba liggur á eldhúsborðinu. Ingvar sest yfirvegaður við borðstofuborðið, gæðir sér eggi og beikoni með ferska sjampó lykt í hárinu. Á leiðinni út úr húsi tekur hann upp með báðum höndum kassa sem var innpakkaður í jólapappír með korti á. Hann nemur staðar fyrir utan húsið hjá Ölmu. Hann labbar varlega að húsinu, skilur kassann eftir fyrir framan hurðina, hringir bjöllunni, flýtir sér inn í bíl og keyrir burt, aftur heim í hlað. Dóttirin á bænum sem var ein heima kemur til dyra og tekur upp kassann, hún horfir í kringum sig en sér engann. Hún veltir vöngum, les svo á kortið.

Til Ölmu

Frá Jóla

Dóttirin brosir í annað, lokar hurðinni og setur kassann undir tréð. Ingvar tekur svartan Discovery jeppa á leigu, keyrir bílinn í Garðabæinn en leggur bílnum í götu fyrir ofan húsið sitt. Eftir að Alma og Skúli tóku á móti tökuliðinu fóru þau öll á hótel Nordica í Reykjavík. Tökuliðið tékkaði sig inn og svo var borðað yfir fundi. Því næst fóru þau í Garðabæinn og sýndi Alma þeim stoltið sitt, ástkæru götuna sína. Ingvar stóð valtur út í glugga og fylgist með þegar hópurinn labbaði framhjá húsinu. Seinna um daginn koma tveir trukkar með allskonar kvikmyndagræjur. Tökuliðið er fram á kvöld að stilla öllu upp. Rétt fyrir tíu um kvöldið þegar Alma og Skúli leggjast á koddann er allt klárt fyrir flottustu og miklvægustu jólasýninguna sem hefur verið haldin í götunni.

Klukkan tifar hægt en örugglega og slær sex á aðfangadagskvöldi. Stemmningin í Skarfanesi 18 er gjörólík frá því fyrir ári síðan. Það eru engin jólalög á fóninum, Margrét og María eru ekki inn í eldhúsi að leggja lokahönd á allan gómsæta matinn. Ilmurinn af rjúpnasósunni sveimandi um, er ekki til staðar. Hannes og litli bróðir hans Garðar eru ekki hlaupandi um allt húsið í sparifötunum, hlæjandi og spenntir. Oftast um þetta leyti situr Ingvar í stofunni og bara fylgist með, tekur allt inn og nýtur þess að vera heima hjá sér í faðmi fjölskyldunnar. Í ár situr Ingvar einn inn í eldhúsi með vodka í klaka og tvær kókaín línur á diski fyrir framan sig.

Þó að þessi jól séu allt annar heimur en hann á að venjast þá líður honum samt vel, hann er fullur tilhlökkunar og spenntur fyrir því sem koma skal. Hann er búinn að undirbúa þetta kvöld í nokkrar vikur, hann hefur engu að tapa, hann er hvort sem er búinn að tapa öllu. Hann er orðinn tilfinninga ónæmur, hann gæti grafið sig með berum höndum í gröf og grátið til eilífðar en hann er staðráðinn í því að hann ætlar bara að gefa skít í allt og alla. Hann veit að fjölskylda hans mun fyrirgefa honum þegar hann hittir þau aftur.

Það hefur orðið að sið í Skarfanesinu að allir sem þar búa hafa beðið með að opna jólapakkana eftir matinn. Eftir borðhald fara allir út, klæða sig vel og hitta mann og annan. Undanfarin ár hafa margir úr öðrum hverfum á höfuðborgarsvæðinu komið og tekið þátt í hátíðarhöldunum. Sjálfur borgarstjórinn mætir í kvöld. Það er óhætt hægt að segja að gatan hefur aldrei verið eins falleg eins og í ár, allir regnbogans litir í keppni við sjálfan sig.

Brosið á Ölmu skein skært þegar hún labbaði út úr húsi með fjölskyldu sinni og með tökulið frá BBC á eftir sér. Það að hún hafi ekki séð Rebba fógeta í rúman sólarhring olli henni miklum áhyggjum en hún gat bara ekki leyft sér að hugsa í þá áttina, það er of mikið undir hér í kvöld, nú stöndum við öll saman, íbúar götunar sameina krafta sína og við sýnum heiminum úr hverju við erum gerð, hugsar Alma á meðan hún veifar og faðmar nágranna sína. Ingvar fer út úr húsi sínu bakdyramegin. Hann lítur upp til himins, það er stjörnubjart kvöld. Kalt en dúnalogn. Hann kyssir húsið sitt bless. Hann heyrir í mannfögnuðinum hinum megin við húsið. Hann ber eld að Molotov hanastéli sem hann hafði í annarri hendinni. Hann opnar hurðina bakdyramegin og kastar kokteilinum inn í húsið, gegnum eldhúsið og inn í stofu. Fyrr um kvöldið var hann búinn að raða upp tíu gaskútum á neðri hæðinni og fimm kútum á efri hæðinni. Hálftíma áður en sýningin byrjaði, skrúfaði hann frá gasinu. Eldurinn blossar upp á augabragði. Ingvar var varla kominn á göngustíginn milli húsanna þegar risastór sprenging verður. Hann heyrir í fólkinu öskra. Eldurinn færist hratt á milli hæða og húsið verður alelda á nokkrum mínútum. Ingvar heyrir í fjarska enn stærri sprengingu, Alma sem var stödd nokkrum húsum frá að tala við bæjarstjórann og borgarstjórann öskrar af hræðslu, fellur á hnén og trúir ekki sínum eigin augum. Þriðja stóra sprengingin verður, gluggarnir brotna og eldtungurnar teygja sig alveg niður á gangstétt. Binni horfir agndofa á Rúdólf greyið brenna enn á ný. Fólkið allt í kring hleypur í allar áttir, vitstola í geðshræringu. Ingvar hleypur í átt að bílnum sem hann hafði leigt deginum áður. Þrír litlir strákar í jólasveinabúningum með hvítt alskegg niður á nafla horfa á Ingvar nálgast bílinn og fylgjast svo með þegar hann keyrir á brott. Þegar slökkviliðið mætir tíu mínútum seinna er húsið gjörónýtt, Skarfanes 18 brennur til kaldra kola.

Daginn eftir, seinni partinn á jóladag, er hvasst í veðri. Snjóþekjan og grá og svört askan fýkur um allt hverfið. Slökkviliðið, fréttamenn og tökuliðið frá BBC eru að störfum við rústirnar. Húsið var jarðað við jörðu. Alma situr í myrkrinu inn í stofu, stjörf og starir á blóðuga hundaólina hans Rebba sem hún hafði í hendi sér. Skúli er í eldhúsinu, nartar í rúgbrauð með heimalagðri kæfu.

Útvarpið er í gangi. Fyrsta frétt í fjögur fréttum.

Banaslys var í Berufirði á Austurlandi aðfaranótt jóladags þegar bíll fór út af veginum og lenti í stórgrýti í fjörunni. Einn karlmaður á sextugsaldri var í bílnum.

Hús í Garðabæ er gjörónýtt eftir eldsvoða á aðfangadagskvöld. Miklar gas sprengingar áttu sér stað og var töluverð hætta á ferðum, einkum vegna þess að fjöldi fólks var samankomin í götunni vegna árlegar jólasýningar. Allt bendir til þess að íkvekja hafi orsakað eldsvoðann. Slys á fólki eru ókunn.

Gul viðvörun var á Norður og Austurlandi á aðfangadag, hjálparsveitir höfðu í nógu að snúas...

Skúli slekkur á útvarpinu.

DROPINN SEM FYLLTI MÆLINN

Fjöruborðið mátti hafa sig alla við að taka á móti reiðri öldinni án afláts, hafið var dökkblátt og toppurinn á bárunni skjannahvítur, lítill klettur er stóð fastur á sínu í flæðarmálinu tók við kraftmiklum skvettum af æðruleysi. Mávurinn barðist við Kára í slagviðrinu, skrækirnir ómuðu við hvinið í uppheimum. Hljóðrásin var undir pressu, hvorki fuglinn né hryssingurinn hafa áhuga á samspili. Hátt, gult grasið á bakkanum eftir strandlengjunni í báðar áttir, fékk að vaxa óhindrað og feyktist það með ógnarkrafti til vesturs. Eftir óvenju heitt sumar var eflaust köld sturta vel þegin, en öllu má nú ofgera. Grasið var ekki það eina sem var barið án hvíldar, stór plastdúkur rauður að lit hafði flækts og fest sig í gati á gömlum árabáti sem lá í svarta sandinum, rotnandi af sjónarsviðinu. Dúkurinn barðist hetjulega í hviðunum, fauk og sveiflaðist fram og

til baka upp fyrir sig, stundum þrjá eða fjóra metra
upp í loft. Það er enginn maður né dýr sem nennir
út í þetta veður. Maðkurinn, músin, refurinn og
krabbinn eru öll einhvers staðar inni að skýla sér í
hlýjunni, sá eini sem lætur sér ekki segjast er
mávurinn. Droplaug horfir á fuglinn úr jeppanum
sínum og skilur ekkert í því hvað hann er eiginlega
að gera hérna.

Droplaug er búin að vera pirruð í allan dag, alveg
frá því hún vaknaði á Drekastöðum í morgun,
henni var kalt í morgunsárið, hún hefði átt að loka
glugganum þegar hún fór að sofa. Það er einhver
drungi yfir henni og ekki er þetta veður að hjálpa.
Fyrsta stop dagsins hjá Friðjóni og Láru á Efsta Gili
1 kæmu nú flestum skapsveiflum í lag en það
virðist ekki eiga við í dag. Þó að það sé ekki í
starfslýsingu landvarðarins, þá gefur Droplaug sér
alltaf tíma fyrir gömlu hjúin á næsta bæ, hún
heilsar upp á þau á hverjum degi, þiggur kaffi og
volgar pönnukökur með sykri og hjálpar þeim við
ýmis verkefni, stór sem smá. Þarsíðustu helgi gekk
hún til fjalla með ættingjum Friðjóns og öðrum
sveitungum í leit að sauðfé, smölunin og réttirnar
gengu vel, veðrið var gott og stemmningin frábær.
Friðjón hafði góða yfirsýn með pelann í hönd og

skipaði til verka. Stundum eru það litlu hlutirnir sem þurfa athygli, gamla borðtölvan ekki að hlýða, ekki hægt að senda sms úr símanum eða vaskurinn stíflaður, Droplaug reynir að hjálpa eftir bestu getu, þó að henni finnist útivinnan skemmtilegust eins og að berja niður grindverks staura með sleggjuhamar eða moka skurð með skóflu, þó er ekkert verkefnið mikilvægara en annað, ef hennar er þörf þá býður hún sig fram. Hún hefði samt óskað þess að hún hafi ekki lofað því upp í ermi sína að fjarlæga þetta plastdrasl á ströndinni, Láru fannst þetta mikið sjónlýti enda sást skrípið frá bænum þegar það teygði sig upp sem lengst. Friðjón kveinkaði sér í bakinu og gaf ekki kost á sér, Láru var ekki skemmt og var hún harðákveðin í því að þessi dúkur þurfti að fara í dag, hugur hennar mildaðist þegar Droplaug lofaði öllu fögru. Andskotans helvítis drasl, tautaði Droplaug við sjálfan sig á meðan hún horfði út um framrúðuna á rauða dúkinn bjóða sér byrginn. Mávurinn heldur áfram að vegast á við náttúruöflin, orrustan er töpuð, fuglinn flýr niður á jafnsléttu og finnur sér skjól bak við jeppann.

Droplaug sér aðskotadýrið í baksýnisspeglinum, blótar honum upphátt og fylgist varhuga með. Hún æsir sig illa er mávurinn byrjar að kroppa í dekkin á farartækinu, ýtti hún á bílflautuna tvisvar, mávinum bregður og stekkur jafnfætis upp á þak jeppans. Droplaug öskraði á áklæðið fyrir ofan sig. Alla jafna hefði hún strunsað út, tekið fuglinn traustataki og snúið hann úr hálslið en það var bara ekki stætt í dag, hún ýtti í þriðja sinn á bílflautuna, mávurinn breiddi út vængi sína með erfiðum, hóf sig til flugs og skeit á framrúðuna í upptakinu. Droplaug hélt áfram að öskra og þrýsta á stýrið fyrir miðju. Þegar mávurinn var farinn úr augsýn róaði konan sig niður. Hún þreif skítinn með rúðuþurrkunum, það var fljótgert á þessari lífrænu þvottastöð. Hún blótaði fuglinum aðeins meira og skrúfaði svo lokið af hitabrúsanum, hellti kaffi í appelsínugulan bolla og fékk sér sopa. Hún kveikir á útvarpinu, íþróttafréttamaður les úrslit fjórðu umferðarinnar í körfubolta.

KR, 77 – Valur, 71

Tindastóll, 69 – Höttur, 68

Helvítis!! Öskrar Droplaug.

FYRSTA STEFNUMÓTIÐ

Vilhjálmur er miðaldra karlmaður sem býr á 4.hæð í blokk í Árbænum. Hann er hávaxinn, grimmur til augnanna, sæmilega myndarlegur í engu sérstöku formi, meðaljón á alla kanta. Vilhjámur stendur fyrir framan spegilinn heima hjá sér, klæddur í köflótta skyrtu. Hann þvær sér í framan og setur á sig rakspíra, tekur upp greiðu og byrjar að greiða ljósu hárstráin yfir þessi háu kollvik. Æ-i maður, afhverju varstu að segja henni að þú værir með ljósan lubba hugsar hann í hljóði. Vilhjálmur horfir á sig í speglinum, smellir í gómi og segir upphátt.

Fokk it!

Hann fer í skó og í brúna leðurjakka sinn og setur gamla Lakers derhúfu á kollinn á sér. Þegar hann opnar hurðina út á stétt, blæs duglega en

vindurinn er samt notalegur, minnir á útlönd.
Vilhjálmur brosir í annað og andar djúpt að sér
heita loftinu. Hann röltir niður á veg og labbar í
átt að strætó skýli sem var þarna rétt hjá. Þegar í
skýlið er komið sér hann Stellu gömlu sitjandi á
bekknum með lokuð augun.

Sæl Stella. Stella svarar ekki.
Hvað ertu að gera hér, spyr Vilhjálmur sjálfan sig í
þunnu hljóði. Stella, heyrir þú í mér? Vaknaðu!

Stella Býr á 1.hæð í sama stigagangi og
Vilhjálmur. Hún er 75 ára, vingjarnleg kona. Hún
er hálfgerð hefðarfrú, sherrý kerling. Alltaf fallega
klædd með stóra perlufesti um hálsinn. Hún er
amma allra í húsinu og gefur börnunum oft
appelsínu súkkulaði er þau verða á vegi hennar.
Hún er alltaf með eldrauðan varalit sem fer vel við
ljóst hárið hennar. Hún er fín með sig og er ekki
týpan sem ferðast í strætisvagni. Þegar hún þarf að
gera sér ferð eitthvert þá kemur alltaf sami
leigubíllinn á staðinn. Glansandi dökkgrænn
kadiljálkur með hvítum leðursætum. Bílstjórinn er
gamalt sjentilmenni sem man tímanna tvenna,

ávallt í ljósbrúnum jakkafötum með hvítan klút í hnappagatinu. Fólkið í húsinu fylgist alltaf grannt með þegar folinn kemur á svæðið og sækir drottninguna. Bílstjórinn valsar í kringum bílinn og opnar fyrir frúnni. Sumir í húsinu flauta á eftir henni, sá gamli er alltaf glaður í bragði og blikkar áhorfendur. Stella hefur aldrei gefið upp hver þessi maður er, en öllum líkar sú saga að hann sé gamall elskhugi hennar.

Ég get ekki staðið í þessu núna, ég er að verða of seinn, hugsar Vilhjálmur sem stendur yfir Stellu.

Stella! Stella! Vaknaðu!

Skyndilega brýst hvöss vindhviða inn í skýlið svo það hvínur í. Hárkolla Stellu þeytist af henni í einni svipan, hendist til og frá eitt augnarblik áður en hún skellur á skítuga stéttina. Vilhjálmur tekur upp hárkolluna og dustar af henni. Flott kolla hugsar hann, alls ekki gervileg, ljósir lokkar og ekki of síðir. Já, segir hann upphátt við sjálfan sig. Hann lítur í kringum sig. Hann tekur af sér húfuna og setur hárkolluna á sig og svo húfuna aftur á. Hann speglar sig í glerinu á strætóskýlinu. Þetta gæti gengið, hugsar hann einbeittur. Hann horfir á Stellu sem situr grafkyrr með lokuð augun í sínum hinsta svefni.

Takk Stella

ENGILLINN

Lúðvík horfir beint fram. Augasteinarnir færast til hægri og vinstri. Hann tekur tagliatelle pastapoka úr hillunni og setur í körfuna sína. Við enda gangsins stendur 6 ára strákur við hlið mömmu sinnar. Strákurinn er hræddur, með tár niður vanga sína og bendir á Lúðvík. Mamma hans er öskureið á svipinn og leiðir son sinn fram ganginn.

Varst þú að hrinda syni mínum!?

Lúðvík snýr sér við.

Fyrirgefðu, hvað sagðir þú?

Varst þú að hrinda syni mínum!?

Nei. Ég var ekki að hrinda syni þínum, Lúðvíki er brugðið.

Þú varst víst að því! Hann bendir á þig! Hvað í andskotanum er eiginlega að þér?!

Heyrðu vinan, ég hrinti ekki stráknum þínum,

ég er bara að versla hérna.

Djöfulsins aumingi!! Öskrar mamman. Á ég að hrinda þér? Viltu það? Heyrðu hvað er í gangi hérna? Ég hrinti ekki syni þínum, ok, í alvörunni. Þú gerðir það bara víst! Ertu að segja að hann sé að ljúga!?

Hann er bara að fara mannavillt drengurinn, ég hrindi ekki fólki, hvað þá litlum strákum, Lúðvík brosir létt til stráksins. Strákurinn tekur utan um lærið á mömmu sinni. Verslunarstjórinn mætir á staðinn og kynnir sig.

Hvað er í gangi hér?

Það er ekkert í gangi hér, þessi kona er bara að fara mannavillt. Já er það! Þessi aumingi hrinti syni mínum! Litli strákurinn minn byrjar að hágráta og segir að einhver maður hafi hrint sér. Við förum og leitum að manninum og hann bendir á þennann auminga. Mamman horfir brjáluð á Lúðvík.

Ég hrinti ekki þessum strák! Ég er bara að reyna að versla hérna.

Við hringjum bara á lögregluna, kallar mamman brjáluð. Lúðvík hristir hausinn. Í alvöru talað, ég stend ekki í þessu. Það er mjög leiðinlegt að einhver hrinti stráknum þínum en það var ekki ég! Lúðvík er orðinn pirraður.

Ég verð að biðja þig um að fara út, segir verslunarstjórinn við Lúðvík. Hvað meinar þú? Ég er bara kúnni hérna, að reyna að versla í matinn.

Jájá ég skil þig en ég sá ekki þetta atvik og veit ekki hvað er rétt eða rangt í þessu. Konan hér er mjög miklu uppnámi svo ég held að það sé best ef þú farir út.

Drullaðu þér bara út! Mamman horfir reiðilega á Lúðvík.

Þetta er nú meira kjaftæðið. Lúðvík leggur matarkörfuna á gólfið. Ertu í alvörunni að reka mig út?

Já því miður, ég held að það sé það eina í stöðunni. Lúðvík hristir hausinn og skilur ekkert í einu né neinu. Mamman horfir á eftir honum í fylgd verslunarstjórans á leið sinni út úr versluninni.

Andrei Negrescu sýpur af kaffi sínu og reykir sígarettu inni í eldhúsi heima hjá sér. Milencka, konan hans situr upp í rúmi með barn á brjósti. Tvö elstu börnin Bogdan, 6 ára og Magda 4 ára sitja á gólfinu milli eldhússins og rúmsins og leika með gamla legókubba. Móðirinn biður mann sinn um að opna gluggann. Andrei er kalt og vill það síður en hlýðir samt. Dyrabjallan hringir, Bogdan stekkur á fætur og fer til dyra. Lúðvík stendur í dyragættinni. Bogdan brosir til hans, réttir úr höndunum og faðmar vin sinn. Andrei stendur upp og tekur á móti Lúðvíki. Milencka tekur barnið af geirvörtunni og setur brjóstið innanklæða.

Hi, how are you my friend, segir Andrei glaður í bragði.

I'm very good, how about you all?

Yes, yes, we are allright.

That is good, I have good news. Lúðvík er spenntur á svipinn.

Ok. Very good. Sit down my friend.

Lúðvík sest við eldhúsborðið. Milencka leggur barnið í vöggurúm. Dregur svo upp rauðan winston pakka úr vasa sínum og kveikir sér í sígarettu.

Maybe you both should be sitting down, segir Lúðvík og brosir til þeirra beggja.

This is exciting, please tell us, Milencka er spennt.

Ok. So, I have found you an apartment, two bedrooms and a bathroom. It is in kópavogur and the best part is that I have also found you, Andrei a job in Byko which is nearby the apartment. Andrei og Milencka byrja bæði að hlægja upphátt.

Really? Are you serious? Andrei er himinlifandi. Hann faðmar konu sína innilega.

Stand up, my friend. Lúðvík stendur upp með bros á vör. Andrei faðmar hann að sér. Thank you my friend. Thank you so much. Andrei nær í vodka flösku úr skápnum og þrjú staupglös. Milencka stubbar rettuna og faðmar Lúðvík.

You are our angel, do you know that? You have been so good to us, segir Milencka meyr sem lamb.

We have so much to thank you for, dear Ludvik.

Thank you Mile, this is what I do, I want to help people. And deliviring good news like this makes everything so good, segir Lúðvík hræður.

Ok my friend, now we celebrate, Andrei réttir Lúðvíki og konu sinni stútfull staup. Hann lyftir upp glasi sínu og skálar.

Noroc! Noroc!

Eftir tvö staupglös á mann og annað faðmlag á línuna, settust þau aftur niður og ræddu betur hvernig framhaldið yrði. Að klukkutíma liðnum var Lúðvík aftur kominn á ferðina. Hann átti eftir að fara í tvær heimsóknir í viðbót. Hann hafði engar góðar fréttir eftir í farteskinu en heldur engar slæmar. Báðar fjölskyldurnar sem áttu von á honum voru flóttafólk frá Tyrklandi og Íran. Lúðvík kemur færandi hendi með tvo kassa af barnafötum og leikföngum sem hann hafði safnað saman með öðru góðu fólki á facebook. Í rúm þrjú ár hefur hann haft sig frammi með viljann að vopni og reynt að aðstoða fátækar fjölskyldur og flóttafólk í neyð. Lúðvík er ósköp venjulegur miðaldra náungi. Hann er einhleypur og barnlaus. Hann býr í lítilli, gamalli tveggja herbergja íbúð á Snorrabrautinni og hefur unnið sem lagerstjóri í heildverslun í 10 ár. Eftir einsleitt líf lengi vel, tók hann sig taki og breytti um lífstíl eða allavegana breytti hann lífsviðhorfum sínum. Hann fór að hugsa meira um loftslagsbreytingar og að reyna að gera jörðina að betri stað. Hann vildi taka meiri þátt og gefa af sér. Í fyrstu byrjaði hann að gefa jólagjafirnar sínar sem hann fékk í vinnunni. Það var alltaf sama gjöfin, konfekt og bónus gjafabréf. Hann fór í smá rannsóknarvinnu á netinu, fann svo fólk og gaf þeim gjafir. Þessi ástríða hans hefur svo undið upp á sig. Honum líður vel í eigin skinni. Hann veit að hann er að skila mikilvægu starfi og fyrir vikið sefur hann betur á nóttunni.

Alltaf þegar laugardagsrúnturinn er búinn fer hann í sund í sundhöll Reykjavíkur. Gæðastund þar sem hugur og líkami hlaða batteríin. Lúðvík þvær sér vandlega undir handarkrikunum. Hann þefar af hreinlæti sínu. Heitir dropar seytla niður augnlokin. Hann klæðir sig í ljósbláa speedo sundskýlu og skrúfar fyrir. Hann gengur upp tröppurnar sem leiðir hann í innilaugina. Á sundlaugarbakkanum sér hann 5 ára strák sem ætlar að hoppa til mömmu sinnar sem bíður í lauginni. Það fer vel á með þeim og þau greinilega bæði spennt fyrir stökkinu.

Mamma, mamma sjáðu.

Lúðvík labbar rólega meðfram bakkanum og ýtir svo á bakið á stráknum svo hann dettur í laugina. Mömmunni bregður mikið. Strákurinn fær vatn í lungun byrjar að skæla.

Fyrirgefðu, er ekki allt í lagi með þig!? Kallar mamman. Lúðvík gengur rólega áfram án þess að líta um öxl. Mamman kallar á eftir Lúðvíki.

Hálfviti!

TRÉÐ

Ég er kominn í vandræði, ég næ ekki taki. Ég get næstum því teygt mig í fjallsbrúnina. Alltaf á þessum sama stað verð ég hræddur um líf mitt. Ég verð að finna rétta takið á þessum andskotans kletti. Ég sé andlitið á Bjarka gægjast yfir brúnina, hann horfir niður á mig og byrjar svo að skellihlægja þessum tröllahlátri sínum. Ég nota hans háðslegu tilburði sem hvatningu, hvessi augabrýrnar, spyrni mér upp af fótfestu minni og rétt næ taki á lítilli sprungu á þessum hrjóstuga grásvarta gamla óvini til margra ára. Svitinn lak af enni mínu, niður í augnlokin meðan ég lá á fjallsbrúninni með hælana í lausu lofti. Bjarki stendur yfir mér, enn hlæjandi. Ég gat nú ekki annað en brosað með honum, ánægður að vera kominn upp. Við Bjarki höfum verið bestu vinir frá byrjun, alveg síðan ég sá hvíta bílinn frá Reykjavíkurborg keyra inn á hlað frændfólks hans. Við erum búnir að bralla mikið og margt. Við vorum heppnir að finna hvorn annan. Nágrannar á sama aldri sem hafa alist upp eins og bræður. Ég rís á fætur, dusta rykið af gallabuxunum mínum. Ég horfi niður í átt að sveitabæunum tveimur sem eru í kílómetra fjarlægð frá hvor öðrum. Hún er falleg sveitin. Ég sný mér við, kinka kolli til Bjarka, hann brosir til mín. Við höldum af stað í átt að trénu.

Leiðin er frekar löng að uppáhalds staðnum okkar, þetta er dagsferð fram og til baka ef maður fer fótgangandi. Ég sekk í lausan jarðveginn, það er búið að rigna mikið síðustu daga, ég reyni að tipla á steinum svo ég verði ekki drullunni að bráð. Í dag er frábært veður, heiðskírt og júlí sólin hátt á lofti. Ég og Bjarki erum báðir á bolnum. Það er svo geggjað að vera í náttúrunni og ganga á vit ævintýranna. Vera í góðum gönguskóm, með vatn og smá nesti í bakpoka. Þvílíka frelsið, hlusta á fjöllin og fuglana í kring. Við erum búnir að ganga í drjúga stund, höfum lítið talað saman. Við þurfum ekkert alltaf að tala út í eitt, við þekkjum hvorn annan það vel, við oft lesum hugsanir hvors annars og það dugar alveg, sérstaklega á degi sem þessum. Bjarki hleypur niður hlíðina og gólar hátt eins og úlfur. Hann var alltaf svo hávær, hálf klikkaður, satt best að segja. En samt alltaf ljúfur og skemmtilegur. Ég horfi á eftir honum valhoppa eins og húsið á sléttunni væri í augsýn. Þegar hann er kominn á jafnsléttu hverfur hann í þykka dökkgræna grasið. Ég geng rólegur í áttina til hans. Grasið græna nær mér upp að nafla. Ég leggst hliðin á Bjarka og horfi á nokkur skjannahvít ský sem líkjast risastórum sykurpúðum. Bjarki fær sér vatn að drekka, droparnir leka niður af þykkum vörum hans. Ég horfi á hann með hlýju í hjarta. Þessir vöðvastæltu handleggir og stóru hendur. Smá skeggrót í vöngum, hann var svo miklu þroskaðri en ég. Ég vef rauðu krullunum hans sem ná rétt niður fyrir eyru um fingur mína. Við reisum okkur upp samtímis og liggjum á olboganum. Nefbroddar okkar snertast áður en hann kyssir mig. Ég kyssi hann til baka varfærnislega með tungunni. Við brosum til hvors

171

annars og kyssumst svo aftur. Ég fæ alltaf fiðrildi í magann þegar við kyssumst, ég man eins og það hefði gerst í gær þegar við stukkum út í óvissuna í fyrsta skiptið.

Brúðkaupsveisla hjá Óla bróður, mikið partý fram á nótt, við Bjarki vorum þjónar og drukkum botnfylli úr glösunum og urðum fullir í fyrsta skiptið á ævinni. Seinna um kvöldið stálum við hálfri smirnoff flösku og skiptumst á sopum bak við hlöðuna. Við vorum byrjaðir að horfa á hvorn annan öðruvísi þetta sumar, við vorum ekki vissir hvað það var en það var viss spenna í loftinu og við kunnum báðir vel við þessa tilfinningu. Við stóðum þétt saman þarna bak við, rjóðir í kinnum og svo upp úr þurru káfaði Bjarki á klofinu mínu og fór svo inn á mig og varir okkar snertust. Ég svaf ekkert þessa nótt, ég var svo spenntur að hitta Bjarka næsta dag. Sumarið leið eins og dögg fyrir sólu, við vorum bara unglingar, ég mánuði eldri, 14 ára. Tími sem mun aldrei gleymast og nú fimm árum seinna hefur margt breyst en við tveir, verðum alltaf sálufélagar.

Jæja, við skulum koma, það er enn slatti eftir, sagði ég. Bjarki stökk á fætur, rétti fram höndina og reisti mig upp. Við héldum áfram göngunni. Gras stráin kitluðu lófa okkar í dágóða stund. Landslagið var að breytast. Nú þurftum við að ganga upp lyng mikla hlíð. Við tók víðfemin heiðin í allar áttir. Moldin þurr og uppblásnar graseyjar á víð og dreif. Við byrjuðum að syngja Bubba lög. Bubbi var okkar maður. Stál og Hnífur er lagið okkar, ég man vel eftir því þegar Óli bróðir kom með Ísbjarnarblús plötuna, volga úr tónlistarbúð frá Reykjavík og gaf mér hana í afmælisgjöf.

Við vorum núna búnir að ganga í þrjá klukkutíma, frá hlaði og hingað. Þegar það sést í vörðuna upp á hólnum, þá er stutt eftir. Og viti menn, ég sé hana. Góður staður til að vera á. Ég leit til austurs frá steinhrauknum og sá tréð í fjarska. Tveir kollar birtust úr lágu gili og nálguðust okkur Bjarka hratt. Þetta voru tvær konur, nokkuð rosknar klæddar í þykkar ullarpeysur og langa sokka sem náðu næstum því upp að hnjám. Þær voru báðar frekar smávaxnar með sítt ljóst hár,

eldrauðar og hálf áhyggjufullar í framan. Ég
hugsaði með mér hvort þær voru kannski tvíburar.
Þær heilsuðu mér og spurðu hvaðan ég væri að
koma og hvort ég hafði séð hund á vappi. Ég
svaraði þeim neitandi. Þær krepptu saman varir og
litu í kringum sig ráðalausar. Ég óskaði þeim góðs
gengis og hélt áfram austur á leið. Lítil á rennur
niður meðfram þurri sléttunni, þetta var nú
eiginlega bara grunnur lækur, straumflæðið var
ekki mikið. Við leggjumst á ljósgráa steina, fyllum
á vatnsbrúsana okkar og skvettum smá vatni í
gagnstæðar áttir til skiptis. Með ferska hálskirtla
tökum við tilhlaup og stökkvum yfir lækinn,
Bjarki gólar eins og hann er vanur og ég tek undir.
Nú er tréð á næsta leyti. Þetta er stórmerkilegt tré,
silfurreynir sem stendur á eina grasblettinum á
þessari þurri sléttu. Einhver hafði gróðursett það
þarna fyrir tugum ára og það stendur hér enn langt
upp á heiði, víðsfjarri öðrum gömlum risum.
Þegar maður labbar í átt að trénu er engu líkara en
að þetta sé eins og vin í eyðimörk. Ég geng alveg
upp að vini mínum, klappa stofninum. Enn lengra
í austur sést í gamlan fjallaslóða, hann er lítið

notaður en þó sé ég skítugan jeppa þarna í vegarkantinum.

Undir trénu er gröf, með hvítum krossi. Ég leggst á bakið hliðin á gröfinni. Ég legg hægri hönd mína í þurrt grasið og þægilegur straumur umlykur líkama minn. Þykk laufblöðin fyrir ofan mig vernda mig fyrir sólinni. Hér er innri friður og ró, ég gæti legið hérna fram á kvöld.

Langur, dökkur, slímugur maðkur skríður hægt framhjá eyranu mínu, ég tek ekki eftir honum. Eftir notalega stund, krýp ég við krossinn. Ég opna bakpoka minn og næ í gamla slitna tusku, bleyti hana með smá vatni úr vatnsbrúsa mínum og þríf fuglaskít sem lá yfir hluta af nafninu á krossinum. Set svo tuskuna aftur í bakpokann, stend upp og horfi niður á gröfina, meyr en þakklátur og hef á orði.

Sæll, Bjarki minn.

PERLA

Það brakar og brestur í gamla parkettinu í samkomuhúsinu Iðnó í Vonarstræti. Karlsson stórfjölskyldan sem á ættir að rekja til Skagafjarðar þrammar með tilfinningu um gólfin í trylltum dansi. Aldursforsetinn í fjölskyldunni er níræður og því ber að fagna. Það er komið vel yfir miðnætti, lang flestir í salnum eru orðnir rjóðir í kinnum af hamagangi og drykkju. Kalli Hvíti, nafni og elsti sonur afmælisbarnsins stýrir sveittum hópi af Skagfirðingum, bendir með látbragði sínu hvenær konurnar eiga að sveifla sér til vinstri og hvenær karlarnir eiga að sveifla sér til hægri. Héðinn Karlsson situr með afa sínum í salnum. Þeir eru mjög nánir, Héðinn fylgdi afa sínum sem skugginn frá barnsaldri. Fyrsta vinna Héðins var hjá bílasölu afa síns. Hann byrjaði 12 ára gamall að þrífa bílana á planinu. Fimm árum seinna var hann orðinn sölumaður, með sitt eigið skrifborð á móti þeim gamla. Afi hans flutti til Reykjavíkur rétt eftir tvítugt. Hann var fæddur og uppalinn á veglegum bóndabæ í Skagafirði, ekki langt frá Hofsósi. Móðir hans dó úr lungabólgu stuttu eftir að hann fæddist og pabbi hans dó úr vinnuslysi þegar hann var tvítugur. Eldri bróðir hans tók við býlinu. Bræðurnir börðust um hylli sömu stúlkunnar, Karl tapaði og sá hann sér ekki annað fært en að yfirgefa sveitina. Mörgum árum seinna þegar Karl var orðinn giftur maður í Reykjavík, styrkti hann samband sitt við bróður sinn og hans frú og voru þau öll miklir vinir til æviloka. Karl var mikið fyrir norðan á sumrin, hann byggði sér lítinn kofa á landinu og leið hvergi betur en í sveitinni fögru.

Kalli Hvíti, kallar til gamla mannsins sem er í hrókasamræðum við barnabarn sitt. Pabbi! Pabbi! Kalli Hvíti kemur að borðinu þeirra og kallar aftur á pabba sinn, pabbi komdu! Nú dönsum við hænudansinn! Eldri konur á næsta borði heyra til hans og hlægja við tilhugsunina. Komdu pabbi! Kalli Hvíti brosir til pabba síns og hjálpar honum úr stólnum. Sá gamli er léttur í spori. Héðinn fylgist glaður með. Geirmundur Valtýrsson er settur á fóninn. Fólkið í salnum byrjar að klappa og myndar hring í kring um afmælisbarnið. Hænudansinn er fjörugur dans, Kalli Hvíti leiðir pabba sinn og þeir taka báðir hressilega á því, tvista upp og niður. Þegar Karl Karlsson beygir hnén í annað sinn dettur hann í gólfið, stjarfur í augum með tunguna út. Sonur hans sér strax alvarleika málsins og krýpur við hlið hans. Slökkt er á tónlistinni, það mætti heyra nál detta, grafarþögn var í salnum. Kalli Hvíti leggur eyrað sitt við munn pabba síns. Héðinn! Héðinn! Hann vill tala við Héðinn, kallar Kalli Hvíti í geðshræringu. Héðinn kemur hlaupandi til þeirra og krýpur hjá afa sínum. Gamli maðurinn hvíslar í eyra Héðins, farðu norður og ríddu Perlu. Gamli maðurinn endurtekur sig en er orðinn þvoglumæltur og Héðinn heyrir ekki hvað hann er að segja. Héðinn er undrandi á orðum afa síns. Hann bakkar aðeins frá með tár í auga.

Hvað sagði hann við þig?! Hvað sagði hann við þig?! Spyr pabbi hans óþreyjufullur.

Ég bara veit það ekki, ég heyrði ekki hvað hann sagði, segir Héðinn stjarfur. Konurnar í salnum byrja að gráta, valtir karlmenn hugga hvern annan, Kalli Hvíti stendur bugaður yfir pabba sínum sem liggur dáinn á gamla parkettinu í Iðnó.

Dagarnir eftir afmælisveisluna voru þungbærir fyrir Karlsson fjölskylduna. Kalli Hvíti kenndi sjálfum sér um hvernig fór og lokaði sig inni í herbergi, konu hans og börnum til ama. Héðinn sat heima hjá sér, hlustaði á gamlar jazz plötur sem afi hans hafði gefið honum. Héðinn hugsaði um öll ævintýrin sem þeir upplifðu saman. Héðinn hugsaði líka um þessa síðustu setningu sem afi hans sagði við hann, farðu norður og ríddu Perlu. Hann var ótrúlegur þessi kall, hugsaði Héðinn með bros í hjarta. Vikan leið og í byrjun þeirrar næstu var búið að skipuleggja jarðarför gamla mannsins norður í Skagafirði. Karl Karlsson yrði grafinn í mold við hlið bróður síns í túninu bak við bæinn. Héðinn hringdi í vin sinn, Ragga Rúnk. Raggi fékk þetta viðurnefni þegar skátahópur kom að honum þegar hann var að rúnka sér í hrauninu eitt vorið á unglingsaldri á milli Hafnarfjarðar og

Garðabæjar. Héðinn heyrði af þessarri sögu þegar þeir tveir voru eitt sinn í bíó og gamall skólabróðir Ragga kemur til þeirra og kallar hátt og snjallt í anddyrinu, Raggi Rúnk! Það var neyðarlegt fyrir Ragga en þetta er gleymt og grafið af hálfu Héðins.

Hvað segir þú gott?

Ég er bara góður, en þú sjálfur?

Ég hef verið betri, afi Kalli var að deyja.

Æ, æ ég samhryggist elsku vinur minn.

Takk fyrir það.

Dó hann í svefni bara eða..

Neinei, hann dó í afmælisveislunni sinni, á dansgólfinu.

Ja hérna. Það er svakalegt.

Jájá þetta var soldið svakalegt. Ekkert sérlega hressandi sko.

En hann fékk þó að deyja í sparifötunum, hefði hann ekki bara verið ánægður með það?

Jú ætli það ekki bara, Héðinn hlær aðeins.

Héðinn kunni að meta það í fari Ragga hvað hann var alltaf hreinskilinn og lét allt flakka. Þeir tveir gátu talað saman um allt. Raggi var góður vinur. Þeir kynntust á spítala, Héðinn hafði fengið botnlangabólgu en Raggi lá með magasár. Þeir hittust fyrst í sjónvarpsherberginu, báðir í rauðum náttslopp, sólríkur Baywatch þáttur var á rúv. Þeir byrjuðu að tala um brjóstin á Pamelu Anderson. Eldri kona með vökva í æð var þarna líka, henni blöskraði tal þeirra og labbaði út í fússi, strákunum fannst það mjög fyndið. Nú í dag, 20 árum seinna eru þeir bestu vinir.

Heyrðu væni , nú er jarðaförin fyrir norðan og ég fer að sjálfsögðu í hana. Ég var að spá hvort þú vildir ekki koma með?

Já þú meinar, hvenær er hún?

Næstu helgi, á sunnudegi.

Já ok, er mér boðið, heldurðu?

Já að sjálfsögðu er þér boðið, þú þekktir líka kallinn ágætlega.

Jájá ég gerði það.

Ég var að spá hvort þú myndir fá lánaðan tjaldvagninn hjá bróður þínum, það væri alveg kjörið, þá gætum við tjaldað á túninu á bænum, jarðaförin verður í sveitinni.

Já ég skil þig.

Við gætum jafnvel farið á morgun, tekið langa

helgi, bjór og grill og smá rill og svo jarðarför.
Hvað segir þú með það?

Mér líst bara vel á þetta. Ég tala við brósa í kvöld,
hann notar þennan vagn ekkert held ég.

Ok, eigum við þá að stefna á morgundaginn?

Bíddu það er fimmtudagur á morgun, nei ég
kemst ekki fyrr en á föstudaginn, það er brids mót
hjá okkur spöðunum á morgun.

Brids mót! Ertu ekki að grínast, hvað ertu
eiginlega orðinn gamall? Spyr Héðinn í léttum
dúr. En ok allt í góðu, við förum þá á föstudaginn.

Já ok, flott er. Ég heyri í þér á morgun, segir
Raggi. Allt í lagi vinur.

Föstudagurinn er runninn upp. Héðinn er
búinn að sækja Ragga. Tjaldvagninn er fastur í
krók að aftan. Héðinn keyrir á hámarkshraða út úr
Mosfellsbæ, Knopfler bræðurnir ásamt hljómsveit
spiluðu smell í útvapstækinu, strákarnir eru lagðir
af stað norður. Það er gott ferðaveður, skyggni
gott. Lóan svífur meðfram ströndum. Eftir rúma
þrjá tíma voru þeir komnir á Blöndós. Eftir að hafa
sporðrennt tveimur pylsum á mann og kók í gleri
héldu þeir áfram norður.

Maður er nú eiginlega kominn í sveitina þegar maður hefur náð á Blöndós, segir Héðinn fullur tilhlökkunar.

Já hvað er þá mikið eftir? Spyr Raggi.

Það er svona einn og hálfur tími, við tökum þetta á klukkutíma.

Falleg sveit, segir Raggi og lítur til hliðar.

Djöfull ertu farinn að grána drengur, segir Héðinn stríðnislega.

Hvað meinar þú? Smá grátt í vöngum, það er bara sexý..

Já þú segir það.

Ég er nú að detta í fertugt á næsta ári, alveg eðlilegt að maður sé orðinn smá gráhærður.

Jájá ég var bara að djóka í þér. Héðinn horfir fram veginn. Raggi lækkar í útvarpinu.

Saknar þú afa þíns mikið?

Já mjög mikið. Þetta var magnaður kall. Hann var ekki bara afi minn, hann var líka bara rosalega góður vinur minn, við áttum margar góðar stundir saman.

Já þetta var fínn kall, segir Raggi með virðingu.

Þegar hann lá á dansgólfinu og var alveg við það

að fara, kallaði hann til mín. Ég kom til hans og hann hvíslaði í eyrað á mér alveg magnaðri setningu..

Já ok, hvaða setning var það? Spyr Raggi forvitinn. Hann segir við mig, farðu norður og ríddu Perlu. Það eru nokkrar sekúndur í dauðan og þetta er loka setningin hans, alveg magnað, segir Héðinn og hlær. Vá! Raggi hlær sömuleiðis. Í alvöru, sagði hann þetta? Já ég get svo svarið það, hann sagði þetta við mig, gamli graðfolinn. Héðinn hlær. Raggi hlær með. Og hvað ætlar þú að gera í því? Ég er á leiðinni norður, ekki satt? Héðinn brosir til Ragga.

76 mínútum síðar beygja þeir inn afleggjarann í átt að sveitabænum. Frænka Héðins átti bæinn með manni sínum. Fallegi bærinn hefur verið í eigu fjölskyldunnar í rúm 150 ár. Myndarlegt stæði, með hvítu steinhúsi á þremur hæðum, reisulegt hús. Stór og fallegur garður sem nær alla leið að litlum hól þar sem grafreitur fjölskyldunnar er. Afi Héðins mun liggja þar í góðum félagsskap með útsýni yfir Skagafjörðinn. Á bænum er mikill

rekstur, þau eru með 200 beljur, 50 hesta, hænur, nokkrar geitur, tvo hunda og tvo ketti. Héðinn keyrir inn á hlað. Strákarnir fara úr bílnum og teygja úr sér. Íslenskur fjárhundur, svartur á lit tekur á móti þeim. Húsfreyjan á bænum kemur út á tröppur með heila máltíð framan á svuntunni sinni. Sæll vinur minn, segir húsfreyjan og horfir í átt að Héðni.

Sæl vertu, Héðinn brosir til hennar.

Menn bara mættir.

Jájá.. Þetta er Raggi vinur minn. Raggi kinkar kolli.

Verið velkomnir strákar mínir. Komið inn, það er heitt á könnunni.

Takk, en við ætlum að koma þessu vagni fyrir.

Hvar getum við tjaldað? Spyr Héðinn.

Ég á von á því að fleiri komi með tjald með sér og við vorum að pæla að hafa ykkur þarna á túninu fyrir neðan vinnuskúrinn, húsfreyjan bendir niður fyrir hús.

Já ok, ég sé þetta. Erum við fyrstir á staðinn sem sagt? Já, ég á ekki von á þeim fyrr en á morgun. En bara um að gera strákar mínir, komið ykkur fyrir, ég set tvo auka diska á borðið fyrir kvöldmat.

Takk fyrir það, en við ætlum að kíkja á Hofsós, fá okkur að borða og kannski nokkra kalda.

Ekkert mál strákar mínir, þið hafið þetta eins og þið viljið, góða skemmtun í kvöld.

Takk takk.

Héðinn og Raggi fara inn í bíl og keyra niður að túninu við gamla vinnuskúrinn. Hundurinn eltir. Strákarnir setja upp tjaldvagninn, koma sér vel fyrir.

Jæja er þá ekki allt klárt bara, eigum við ekki að kíkja á Hofsós og finna þessa Perlu, segir Héðinn kíminn. Jú leggjum í hann, Raggi brosir í annað. Strákarnir leggja af stað, hundurinn fylgir þeim niður á veg. Það er stutt á Hofsós, tíu til fimmtán mínútu akstur. Hamborgari og franskar, sósa og salat sitja ofan á disk fyrir framan Héðinn og Ragga á eina barnum í bænum. Staður með sex borðum og litlum bar út í horni. Eini gesturinn þegar strákarnir löbbuðu inn, var miðaldra feitlagin kona sem sat við barinn með stóran bjór. Konan var andlitsfríð en það sást eiginlega ekki út af allri málingunni sem hún hafði framan í sér.

Skál fyrir Kalla, segir Raggi.

Já, skál fyrir Kalla og velkominn í sveitina vinur minn.

Takk fyrir það.

Væri betra ef tilefnið væri skemmtilegra, en ég held að afi gamli myndi gefa blessun sína á þessa ferð okkar.

Já, slá tvær flugur í einu höggi, segir Raggi kíminn.

Akkúrat Ragnar, þetta er nákvæmlega eins og afi myndi orða það, Héðinn brosir og Raggi hlær.

Það eru ekki margir á ferli, heldur Raggi áfram og lítur í kringum sig.

Já þetta er ansi rólegt, ætli við þurfum að fara á krókinn til þess að finna þessa dömu?

Já hugsanlega, það er nú ein þarna á barnum, Raggi nikkar höfðinu í átt að barnum.

Já einmitt. Það hlýtur nú eitthvað að gerast á eftir, kvöldið er bara rétt að byrja, segir Héðinn spenntur.

Strákarnir fóru létt með hamborgaran, skáluðu í

bjór númer tvö og reyndu svo fyrir sér í karíókí. Tveir eldri karlmenn komu á barinn en stoppuðu stutt við, voru þeir báðir farnir með froðuskegg á efri vörinni áður en Raggi hafði talið í fyrsta lag. Þeir gerðu þetta stundum félagarnir, tóku lagið ef þeir voru orðnir sæmilega mjúkir. Héðinn tók alltaf "Fram á nótt" með Nýdönsk og í öll skiptin, sama sagan, alveg hræðilegt, hann gat bara ekkert sungið drengurinn. Raggi tók oftast Queen og hann var algjör andstæða við Héðinn, þessi feimni einfari og brids spilari gat sungið. Héðni fannst alltaf jafn gaman að horfa á hann, góður að syngja en með klunnalegan stíl. Héðinn var hins vegar með taktanna á hreinu. Smá stíll er nauðsynlegur ef heilla á dömurnar, Héðinn blikkaði konuna á barnum í látunum og fékk bros að launum. Strákarnir setjast aftur á borðið sitt eftir tvö lög á mann. Það er kominn smá galsi í þá, bjórglösin verða fleiri og umræðurnar um allt og ekkert verða enn fleiri. Enn situr konan á barnum. Héðinn sat þannig að hann náði augnsambandi við hana öðru hvoru. Engin spenna í loftinu en þó eitthvað smá útsýni, betra en ekki neitt. Síminn hringir á barnum. Barþjónninn tekur upp símann. Perla, það er síminn til þín. Barþjónninn réttir konunni á barnum símann. Strákarnir stara á hvorn annann.

Er þetta skrifað í skýin, segir Héðinn spenntur.

Já það lítur allt út fyrir það, segir Raggi gáttaður.

Hvað á ég að gera?

Þú verður að fara til hennar.

Hvað á ég að segja við hana?

Ruglaðu bara eitthvað í henni, þú kannt það alveg, Raggi brosir.

Þetta er fáránlegt, Héðinn hlær.

Farðu til hennar, hún er hætt í símanum. Kannski fílar hún seiðandi trekant. Héðinn hlær upphátt. Horfir á vin sinn og stendur svo frá borði.

Ég er farinn í málið.

Raggi kinkar kolli og brosir.

Héðinn labbar hægt í átt að barnum og sest svo hjá konunni. Raggi fylgist með hverri hreyfingu frá borði sínu. Þessi bar er lítill og þau þrjú eru einu viðskiptavinirnir á staðnum, en það heyrist frekar hávær tónlist úr græjunum svo Raggi heyrir ekki hvað þau eru að segja en hann sér að það fer ágætlega vel á með þeim, þau eru bæði brosandi, svo það er góð byrjun, hugsar Raggi. Fimm bjórsopum seinna kemur Héðinn til baka á borðið.

Heyrðu, ég er að fara í partý, segir Héðinn með sístækkandi augasteina.

Ok, hvar? Spyr Raggi forvitinn.

Á króknum.

Ok, er mér ekki boðið?

Nei þér er ekki boðið, hún tók það fram. Við ætlum núna heim til hennar, hún ætlar að skipta um skó og svo kemur vinkona hennar sem ætlar að skutla okkur í partýið, sorrý.. Héðinn er spenntur og talar hratt.

Ekkert mál vinur, þetta er bara ævintýri, þú verður bara að gera þetta, segir Raggi spenntur.

Ég held að ég viti hvað afi er að meina með þessu, hún er í hótel bransanum. Hún rekur hótel ekki langt hérna frá, við afi töluðum oft um það hvað það væru miklir möguleikar hérna í sveitinni, hann sagði oft við mig að ég ætti að opna gistihús hérna eða hótel jafnvel.

Já okei, þú verður bara að draga hana inn, hún er að bíða eftir þér sýnist mér, farðu!

Verður í lagi með þig? Hvernig kemstu heim á bæ? Ég finn út úr því maður, hafðu ekki áhyggjur af því, þetta er ekki það langt heldur.

Ok, ég sé þig þá síðar.

Já, gangi þér vel, Raggi brosir.

Takk fyrir það, Héðinn brosir til baka.

Perla á að heima stutt frá barnum. Hún lokkar Héðinn inn í hús. Hún biður hann um að setjast í sófann inn í stofu á meðan hún fer á klósettið. Stuttu seinna kemur hún inn í stofu í hvítum silkislopp einum klæða. Héðinn spennist upp. Nú dast þú í lukkupottinn, segir Perla með seiðandi röddu um leið og hún sest klofvega á Héðinn í sófanum. Hún þrýstir sér upp að honum. Hún tekur hendurnar á Héðni og setur þær utan um rassinn á sér. Héðinn kreistir aðra rasskinnina. Perla emjar og stingur tungunni sinni upp í Héðinn með látum. Hún leysir slaufuna af sloppnum og út brjótast stór lafandi brjóst. Héðinn lokar augunum og bragðar á þeim. Perla reisir sig upp með erfiðleikum, hún er með þungan skrokk sem þarf að lyfta, en það tekst og hún leiðir Héðinn inn í svefnherbergi. Hún stundar hávært kynlíf. Öskrin og stunurnar sveimuðu um allt húsið. Eftir sjö stellingar kemur eiginmaður Perlu að þeim í miðri áttundu stellingunni. Héðinn sat á hnjám sér og heyrði öskrin í eiginmanninum samtvinnast öskrunum í Perlu. Um leið og hann snéri sér við með hann beinstífann var hann kýldur fast í andlitið af rauðglóandi górillu. Héðinn kastaðist úr rúminu. Eiginmaðurinn sem var loðinn með sítt og mikið skegg og stór í vexti, réðst á Héðinn liggjandi í gólfinu og kýldi hann fimm sinnum í andlitið. Héðinn lá allsber í blóði sínu og kom ekki upp orði. Perla sat með bakið í vegginn og grét og öskraði til skiptis. Eiginmaðurinn rífur Héðinn upp af gólfinu og dregur hann fram á gang, fram í anddyri og hendir honum út á stétt. Héðinn liggur berstrípaður fyrir framan útihurðina, það foss blæðir úr nefinu hans. Hann skilur ekki hvað gerðist, þetta gerðist svo hratt, á einu augnabliki lenti hann bara í hakkavél. Hann heyrir í Perlu og eiginmanninum öskra á hvort annað. Hann getur ekki hreyft sig, honum er kalt. Útihurðin opnast, eiginmaðurinn stendur í dyragættinni.

Drullaðu þér á lappir! Héðinn er stjarfur af hræðslu. Drullaðu þér á lappir sagði ég!

Ég get það ekki, segir Héðinn hræddur.

Viltu meira?!

Nei. Héðinn er skíthræddur. Hann stendur á lappir með herkjum.

Drullaðu þér af lóðinni!

Má ég fá fötin mín?

Nei þú færð ekki fötin þín. Drullaðu þér af lóðinni!

Ég verð að fá fötin mín, síminn minn, bíllyklarnir og allt er í buxunum. Eiginmaðurinn horfir á Héðinn með morðaugum. Hann skellir svo hurðinni. Héðinn bíður fyrir framan hurðina. Eiginmaðurinn opnar svo hurðina aftur og hendir símanum, skónum hans og bíllyklunum í Héðinn sem rétt nær taki á símanum áður en hann lendir á stéttinni.

Drullaðu þér af fokking lóðinni! Ef ég sé þig aftur í þessum bæ, þá slít ég af þér hausinn! Erum við að skilja hvorn annann?

Ætlar þú ekki að láta mig fá fötin mín?

Finnst þér þú eiga það skilið? Drullaðu þér heim

til þín, áður en ég drep þig. Í alvörunni, við erum búnir hér, segir eiginmaðurinn ákveðin. Héðinn hristir hausinn.

Fokkings kjaftæði er þetta, segir Héðinn þunnu hljóði. Ég verð að fá fötin mín!

Farðu áður en ég drep þig! Eiginmaðurinn skellur hurðinni á ný. Héðinn lítur í kringum sig, það er enginn á ferli. Það var orðið áliðið nóttu. Hún býr rétt hjá barnum, þetta er stutt labb, hugsaði hann. Héðinn leggur af stað nakinn niður götuna. Þegar hann er kominn fram fyrir hornið sér hann barinn, hann sér líka bílinn sinn í stæði. Honum er létt, hann hleypur í átt að bílnum. Hann trúir því varla þegar hann sest í framsætið á bílnum að hann sé enn lifandi. Hann var næstum því farinn að gráta, hann var svo ánægður að vera kominn í öruggt skjól. Hann þrífur blóðið úr andlitinu með húfu sem var í farþegasætinu. Héðinn andar djúpt. Hann fattar að hann á vodkaflösku undir sætinu. Hann nær taki á henni, skrúfar tappann af, fær sér stóran sopa áður en hann leggur af stað heim á bæ.

Raggi vaknar snögglega. Hann liggur í svefnpoka í

tjaldvagninum. Heit sólin skín inn um rifu á fortjaldinu. Raggi ræskir sig. Hann stendur upp úr rúminu, hann sér að Héðinn er hvergi sjáanlegur. Ragga er mál að pissa. Hann fer út og það fyrsta sem hann sér er bíllinn hans Héðins. Raggi labbar upp að bílnum.

Hvaða steik er nú þetta? Segir Raggi við sjálfan sig þegar hann sér Héðinn allsberan sofandi í framsætinu. Hann bankar á rúðuna og opnar svo hurðina. Hann tekur eftir hálfri vodkaflösku sem var á milli læra Héðins.

Héðinn! Héðinn! Vaknaðu maður.

Héðinn hristist allur um leið og hann vaknar. Hann grettir sig af sársauka og finnur strax til í andlitinu. Hann horfir á vin sinn sem stendur yfir honum í hálfgerðu sjokki.

Hvað er í gangi? Spyr Raggi. Úff, það er ekki gott að segja. Héðinn er rámur. Hver var að lemja þig? Lítur þetta illa út? Þú ert bara í hakki, segir Raggi áhyggjufullur.

Héðinn er ansi lemstraður eftir nóttina. Hann er með svart glóðurauga báðum megin. Nefið hans er rautt og marið og hann er með lítið sár á enninu.

Þú verður að segja mér hvað gerðist? Var þetta rough sex? Segir Raggi kíminn en áhyggjufullur. Héðinn brosir í annað.

Komdu út úr bílnum og farðu í föt það er svakalegt að sjá þig.

Ég ætla að sofa aðeins meira.

Já en gerðu það þá í tjaldinu, ekki vera hérna í bílnum. Héðinn kinkar kolli, hálf rænulaus. Raggi hjálpar honum á lappir og styður við hann í átt að tjaldvagninum. Tvær beljur á næsta túni stutt frá, fylgjast með. Héðinn sefur í þrjá tíma í viðbót, það er komið hádegi. Héðinn fer í ný föt, gráa hettupeysu og svartar jogging buxur, hann leit út eins og danskur dópsali á Istedgade. Vinirnir labba upp í hús, Héðinn segir Ragga alla sólarsöguna á leiðinni. Héðinn hefur aðra sögu að segja fyrir gestgjafana, það þurfa ekki allir að vita allt, hugsaði hann. Eftir að hafa þegið kaffi og morgunmat, fór hann í langa sturtu. Situr hann nú á tröppunum fyrir framan hús með sykraða pönnuköku í hönd. Raggi vinur hans situr hliðin á honum. Þeir hafa báðir átt betri daga. Þunnir og þreyttir. Héðni líður þó öllu verr, honum líður eins og trukkur hafi keyrt yfir hann.

Tökum við því ekki bara rólega í dag?

Jú það held, segir Héðinn ryðgaður.

Veistu hvenær fjölskyldan þín kemur?

Nei, einhverntímann í dag bara. Mamma á eftir að fá kast þegar hún sér mig.

Já, þetta var ekki þér að kenna, þú verður bara að segja henni það.

Jájá, það á samt ekki eftir að skipta neinu. Þetta er agalegt maður, ég lít út eins og ég veit ekki hvað..

Já þú ert slæmur, en það verður bara að hafa það.

Jájá, segir Héðinn niðurlútur.

Ætlar þú að ná í fötin þín?

Ég bara veit það ekki. Ég meika ekki þennan náunga.

Neinei ég skil þig.

Frænka hans á táningsaldri kemur til þeirra með þrjár hryssur í taumi.

Sæll frændi, hvað kom fyrir þig?

Sæl Kristín, það er löng saga. Héðinn brosir til

hennar.

Viljið þið ekki koma með í einn túr?

Æ nei, sama og þegið, segir Héðinn áhugalítill.

Þið hafið gott af því maður.

Já þú segir það.

Þú getur riðið þessum gráa, þetta var uppáhalds
hesturinn hans afa þíns, síðustu árin. Þetta er hún
Perla, frábær hestur, segir Kristín og strýkur faxið.

Já er þetta Perla? Raggi hlær upphátt.

Já ok, segir Héðinn og horfir á Perlu og stendur
svo upp stirður.

Made in the USA
Columbia, SC
29 September 2023

23569451R00109

The Unfolding
Encounters of a Paranormal Witness

The Unfolding
Encounters of a Paranormal Witness

By
Jonnie Hodge Odom

As told to
Linda Braden Albert

Scriptures marked KJV are taken from the KING JAMES VERSION (KJV): KING JAMES VERSION, public domain.

Scriptures marked NIV are taken from the NEW INTERNATIONAL VERSION (NIV): Scripture taken from THE HOLY BIBLE, NEW INTERNATIONAL VERSION ®. Copyright© 1973, 1978, 1984, 2011 by Biblica, Inc.TM. Used by permission of Zondervan

Scriptures marked NKJV are taken from the NEW KING JAMES VERSION (NKJV): Scripture taken from the NEW KING JAMES VERSION®. Copyright© 1982 by Thomas Nelson, Inc. Used by permission. All rights reserved.

Black Locust Publishing Company Inc.
Maryville, Tennessee, USA

Cover artwork and book design by Olivaprodesign
Author website: blacklocustpublishing.com

ISBNs Paperback 979-8-9912310-2-2, 979-8-9912310-3-9
ISBNs Hardcover 979-8-9912310-0-8, 979-8-9912310-1-5
ISBN eBook 979-8-9912310-4-6

Library of Congress Control Number: 2024916850

Printed in the United States of America

Table of Contents

DEDICATION

To my husband, son, his spouse, my parents, and siblings. ~ Jonnie
To my children, grandchildren, parents, and siblings. ~ Linda
To all our friends who have supported us in this journey into the unknown.
Thank you.
A very special thanks goes to Bryan Sandmeier, publisher of The Daily Times newspaper in Alcoa, Tennessee, for allowing us to reproduce feature stories, personal columns, and news stories that ran in The Daily Times.

INTRODUCTION

"We must beware of falling into the fatally common error of supposing that what we see is all there is to see." ~ Charles Webster Leadbeater

"The Unfolding: Encounters of a Paranormal Witness" is an apt title for this book, and the cover image of pinecones in the process of "unfolding" is an apt illustration of the information Jonnie Odom and I will be presenting here. Knowledge unfolds gradually, eventually, for those who choose to see.

When we chose the pinecone as our symbol, we did so because of the way it opens up after a rain. It closes itself, tight and sturdy in the dampness, yet when the warm sun begins to shine, it blooms like a flower until it's fully open again. If the reader has never witnessed this almost mystical feat of nature, try an experiment: Find a pinecone, soak it in water until it closes, then set it in a warm, dry spot. You'll see.

I have had a love affair with pinecones from childhood on up. Even now, I have baskets filled with pinecones scattered throughout my home. They are such fascinating bits of the natural world; I see them as flowers made of wood. Jonnie has had this same fascination, a fact I did not know until we started working on this book – and neither of us knew that the pinecone has a spiritual meaning in various cultures of the world until we started doing research. According to several online sources, pinecones represent enlightenment, transformation, and the awakening of the pineal gland, or the "third eye," and symbolize the perfect balance between the physical and spiritual realms. Its spiral pattern is said to signify the unfolding of wisdom and growth on both personal and cosmic levels. Pinecones are often depicted in Christian art and architecture as a symbol of spiritual growth, resurrection and the eternal life promised through faith (https://spiritualgrowth.com).

This book is meant to share personal stories of brushes with the unknown, the unexplained. Most are Jonnie's accounts of dreams, premonitions, hauntings and other phenomena. Some are my own stories. We did not seek out these experiences. They found us.

As Jonnie said, "Our book is compiled of real experiences witnessed by us and friends. It is important for the reader to know that if you experience events like these, you're not crazy. Those who don't believe in the unseen world might need to think about the discovery and harnessing of electricity. You can't see it but you can certainly feel it."

In preparation for writing this book, Jonnie and I did a series of interviews in which I, a journalist, asked her questions as I would do with any news story and then compiled the information into story form. Each chapter begins with a short introduction written by me and appears in italics to differentiate it from Jonnie's stories. This book is considered "creative nonfiction," rooted in facts but told as a narrative; in other words, taking a factual story and writing it in the style of a fictional piece. Her stories are told from memory and may contain slight inconsistencies, but each one is a true account of events as she knows them. Interspersed with these are excerpts from personal columns and feature stories I wrote for The Daily Times, Alcoa, Tennessee, reprinted with permission from publisher Bryan Sandmeier, as well as transcripts of conversations I had with paranormal investigators or others who have experienced the unexplained.

"It appears the following journey is meant to be shared with you," Jonnie said. "It has been a long time in the making. I'm ready, I'm prepared, and I know the unfolding journey will be read by the chosen ones. That is why I am comfortable sharing a journey that I hope will benefit you in some measure."

PART I

CLOSE TO HOME

CHAPTER 1

TERROR IN CALIFORNIA

"For we wrestle not against flesh and blood, but against principalities, against powers, against the rulers of the darkness of this world, against spiritual wickedness in high places." ~ Ephesians 6:12 (King James Version)

When Jonnie first told me this story, I felt as if icy fingers were traveling up and down my spine. Only the grace of God delivered her family from almost certain death. Was the attacker human? Or was he a demon encased in a man's body, fully intent on wreaking as much havoc as he could?

The details are so vague that an internet search did not turn up any news reports. Yet she knows it happened. The events of that day in the late 1950s will forever be seared into her consciousness. She was around five years old, her younger brother was around three years old, and her sister was a baby. The events of that day have been corroborated by her mother and relatives from California who still reside in the state.

What we do know is that unseen forces are at work for our protection although sometimes we don't realize it until years later. This is one of those times.

Read her story. You'll see.

Jonnie's story

This experience happened in California, where my family, including my parents, my brother, my baby sister, and I lived, and is one of the first things I remember. My dad, John Hodge, was making his living as a cattle rancher. There were hundreds of cattle on this ranch. That meant riding the range every day, checking on those cows. I was about five then, and I'd go with him, riding a pony. If we didn't have to go far, we'd take my younger brother, Cliff, with us. He was three at the time and we would ride together.

One day, Cliff and I were out with Dad but rode back to the house by ourselves. We got to the barn and were scared to see a man in the barn, covered with blood, holding butcher knives. We found out later he was a murderer and rapist who had already attacked and killed a woman.

Cliff and I rode the pony to the house, jumped off, and ran to tell Mom about the man, but when he knew we had seen him, he followed us. It took him a few minutes to get from the barn to the house to cut the phone wires. Mom called the police, but before she could say very much, the phone line went dead. Back then, phones were not like today. Lines connected you with other phones and when they were cut, the phone didn't work. She didn't know for sure if she had even gotten through with enough information for the police to find us.

We had not tied the pony up, and he ran away and found my dad. Dad knew something was wrong, and he started back to the house.

The man tried to convince Mom to open the door. She kept talking to him, trying to buy time for help to come. He could not get the front door open and went around to the back of the house.

Mom wasn't sure her call to the police had even gone through. Her call did go through, but she didn't have any way of knowing if it had or not. We were a long way from any police department.

Mom whispered to Cliff and me that she wanted us to go to the front door, open it quietly and then run as hard and as far away from the house as we could without looking back. Mom stayed so we could get away. She stood in there screaming. About the time we started running, the man jumped through the back window. We didn't know if Mom and the baby had been able to get away or not.

Dad rode in at the same time the police got there, right when the man went through the window. Dad and the police opened fire on the man, who was shot and killed. We didn't know who had killed him—if it had been Dad or one of the policemen. I guess we will never know. But we all survived.

In one sense, it was a paranormal miracle. How did we survive that experience when someone else did not? How did we survive it when another person was butchered? But we did when it didn't look like we would have a prayer to get out. The odds were totally against us. All odds. Something, some kind of spiritual protection, had to have been there or none of us would have lived.

I still wake up in dreams sometimes, just running and running and running. Running past the police car. That picture plays over and over sometimes ...

CHAPTER 2

INTO THE FIRE

And when I passed by thee, and saw thee polluted in thine own blood, I said unto thee when thou wast in thy blood, Live; yea, I said unto thee when thou wast in thy blood, Live. ~ Ezekiel 16:6 (King James Version)

This particular Bible verse is said to stop hemorrhaging in both people and animals when spoken over the afflicted. You are supposed to repeat it three times or until bleeding stops.

Another old saying is that to relieve the pain of burns, or "draw out fire," say, "Two angels came from the north, one was fire and the other was ice. Out fire, in ice, in the name of the Father, Son, and Holy Ghost." Repeat the saying three or seven times.

Many would think these remedies are merely old wives' tales, but some firmly believe in the power of supernatural healing. Jonnie discovered that perhaps they are not so far-fetched, after all.

Jonnie's story

I never thought of myself as sensitive, a paranormal person. I never thought of myself as being different from anybody else. But something happened to me as a child that impacted my life. I only learned this when my grandmother was in the hospital near death, and in a way, it explains some of the paranormal experiences that happened later in my life.

The way I found out I was different: My grandmother had taken a lot of medication for arthritis, and those pills had evidently caused ulcers and hemorrhaging from several places in her body. As the family was observing all of this while she lay dying in the hospital, one of my uncles said to me, "We need to call Bill." It's been so long that I'm uncertain of the man's name, but my uncle said, "We need to get hold of him," as we are part of the Cherokee clan from around the Chota area of Vonore, Tennessee, and he was one of the healers. "He can cause the hemorrhaging to stop," my uncle said. So, me being the person that I am, questioning and challenging it, I said, "What in the world makes you think this so-called healer can do anything about hemorrhaging when a doctor cannot?" His comment to me was, "You, of all people, should not be the one to be doubtful after what happened to you."

I didn't know what he was talking about, so I asked him what happened to me that has anything to do with her hemorrhaging. He told me that when I was four or five years old, we were visiting from California at my grandparents' house near Vonore. Six or seven of us children were standing around a big fireplace, and I was accidently pushed into the fireplace and received severe burns. My grandmother wrapped me in a blanket, and she and the uncle left with me to take me to an Indian healer's residence. My uncle said my hair was singed, my eyebrows were singed, and I had severe burns. He and my grandmother left my parents and everyone else standing there. My uncle set me in the car and off we went.

I vaguely remember something happening about a fire, but I don't remember where we went or what happened. But I was told that when they brought me back, there were no burns, my hair was fine, my eyebrows were fine, and it was as if I had never fallen into the fire with a room full of witnesses.

I did not remember that I had experienced healing from this Native American medicine man at such an early age, and the incident triggered lots of questions. Being the skeptical person that I am, I kept questioning my uncle about this and other things brought to the surface.

My uncle located people that witnessed this miracle, and they did reach this man. He was extremely old, in his nineties. After they met with him, talked with him, and brought him to the hospital, my understanding is he laid hands on my grandmother and all hemorrhaging stopped, but his words to the family were not encouraging. "I have this gift and the hemorrhaging has stopped, but it's her time to go and she will die anyway," he said. I was not present to witness this, but he did have the ability to stop hemorrhaging, stop the bleeding, just as he had the ability to heal the burns I had from the fall into the fireplace. The doctors were in disbelief. There was no medical reason why the bleeding stopped.

My grandmother died in 1987. I searched for this man sometime afterward, but I was not able to find him. He passed away before I could locate him.

From what I was told, having a supernatural healing as I did with the burns came with a price, which is that once that door opens, you will always have a "gift" for paranormal experiences. There is a sense that there is a powerful link with certain people like this medicine man or healer or whatever you would call him. Those people are very real.

It is said of those from old that this gift is passed on through the blood lines. Some people have the ability to transcend or transform their powers onto someone else. They can take what they obtain and use it to help others. They are able to see and do what others think is impossible. From what I have experienced, I truly believe that now.

CHAPTER 3

DUNCAN ROAD HAUNTING

"The boundaries which divide Life from Death are at best shadowy and vague. Who shall say where one ends, and the other begins?" ~ Edgar Allan Poe

The first home Jonnie and her husband, Don, occupied after their marriage in 1972 was on Duncan Road in rural Blount County, Tennessee. A small cemetery, which had been associated with Blount County's first Lutheran church founded in the early 1800s, was located on property adjoining this property.

A feature story I wrote about the historical marker placed at the site was published June 19, 2004, in The Daily Times, Alcoa, Tennessee, and excerpts are included here with permission from publisher, Bryan Sandmeier:

Information about St. John's Lutheran Church is scarce, with only a short history found in "History of Blount County, Tennessee: From War Trail to Landing Strip, 1795-1955 (Revised)" by the late Inez Burns, revered Blount County historian and educator.

According to Burns, the first mention of a Lutheran congregation in this area was recorded in 1823, when Henry Long was a lay delegate from St. Paul's Church in Knox County to the fourth convention of the Tennessee Synod at Sinking Springs Church in Greene County. In 1838, Blount County land records show that Henry Long presented a deed for one acre of property to the Lutheran Synod of Tennessee for the purpose of constructing St. John's Lutheran Church.

The next record of St. John's Church was found in 1873 when William Wetzell was a delegate to the Evangelical Lutheran Holston Synod held in Greene County. Patton Stone was a delegate in 1877.

In 1886, the missionary superintendent reported that "St. John's in Blount County is in a feeble condition but the way to assist it, just now, is not quite clear."

(Blount County native) Gary Gregory estimated over 100 graves are in the cemetery, some marked, most unmarked. Gregory's 5th-great-grandfather Henry Long, 4th-great-grandfather Jacob Long, and 3rd-great-grandfather Andrew Cowan Long are buried in the cemetery. The oldest stone standing in 2004 bears the name of Elizabeth Wetzell (Whetsell), who was born Aug. 26, 1769, and died Jan. 20, 1846. Her son Jesse Wetzell (Whetsell), who is buried next to his mother, and his second wife, Sarah Nelson Renfro Whetsell, were instrumental in the founding of Pleasant Hill United Methodist Church.

The historical marker reads in part: "In 1838 this acre was 'sold for love' by Henry Long to his sons Christian and Jacob Long as church Trustees. Buried here are Henry Long, his wives Fannie Houser and Esther McCallie and many of their descendants."

The church was no longer standing when Jonnie and Don moved into the house.

Why share background on the church and cemetery? Jonnie is descended from the Longs. Could that familial connection have played a part in the haunting on Duncan Road?

Jonnie's story

A house standing on Duncan Road in Maryville, Tennessee, in 1972 had a special attraction for my husband and me in the early days of our marriage. The house had belonged to an elderly man who had passed away, so we contacted his daughter and asked if we could rent the house. She said yes and to start fixing it up. We wanted to purchase the house and ended up getting a lease with option to buy. At this time, I was 19 years old.

We started remodeling the house, which was medium-sized with two bedrooms. Strange things happened. Other people were helping us and would hear a noise. We always shrugged it off as something falling or wind blowing.

We had horses on the property and had a parrot in the house.

Our first night there, we got ready for bed and closed the bedroom door. Almost immediately we heard two hard knocks, so strong they almost knocked the door down. My husband got his gun out, and after two more hard knocks, he shot through the door. We heard no sound, nothing. He opened the door, but no one was there. I got out of bed then, and we were questioning, "WHAT is this?" We looked all over the house, under the bed, everywhere, and ended up on the couch in the living room.

Don had to go to work the next morning. I took him to work, went back home, went to bed and locked the door. I had only been in bed a few minutes when the knocking began again, louder than the night before. I was terrified. There were three very loud knocks, and the door opened a couple of inches. I was frozen. I just lay there, so scared I couldn't even reach for the gun. About an hour later, there was no sound. I got out of bed, went to the door, but there was no one anywhere. I went through the whole house with the gun.

I was so terrorized at this point that I went to my dad's office and told him something was there, that Don shot through the door last night.

Dad asked if I was OK. Don was out on calls—he worked at a hardware company and went out on sales calls, so I couldn't reach him. I stayed at Dad's until he got off work.

Dad said there is a reason for everything, and there is no such thing as ghosts, no paranormal. He said, "We are getting people to the house to check the walls, check everything, and it will all be fine." He wanted to believe nothing was there. I think he knew something was, but he wanted to prove differently.

We changed all the locks on the doors and windows and checked the house thoroughly. It was quiet for a few days. The next thing that happened, I was in the shower, and someone started throwing towels in on top of me. I thought Don was playing a trick and I yelled at him to stop, then got out of the shower. Don wasn't there. He was outside talking to a neighbor. I pulled on some clothes, ran outside, and told him what had happened.

The next strange occurrence happened shortly after that incident when I had left work in Maryville and decided to run home for lunch. I heard knocking in the wall. I knocked twice, then heard two knocks. I knocked once, then heard one knock. I called work and said I'm not coming in the rest of the day. I went to Dad's office again. He said a bird was probably trapped in the walls and was knocking. He said we'd take down the walls, and we did that the next weekend. There was no way a bird could have gotten in; you couldn't even have dropped a pin in there. Before Dad started taking down the wall, he knocked twice and got two knocks back. He said, "That was a big bird." He took down the sheetrock and found nothing.

His comment then was, "We are not looking at logic. You must leave here."

We had put down a big deposit on the house and didn't want to lose it so we tried to find another option. We called a Catholic priest. He said, "You need to move." We called Obie Campbell, a local Baptist pastor we knew. Obie said, "You need to get out of there. I have a house you can stay in until you find something else."

Before we vacated the place, I would lie down at night and see a vision or a dream of this man, an older man, who had on overalls. He said, "I'm going to prove I'm real. Look for your housecoat on the dining room table." I woke up, asked Don if I had gotten up during the night. He said I had not. We found my robe on the table just as the man in my vision had said.

It was like a game with the man I kept seeing. He'd tell me where things would be, and that's where I would find them.

We wouldn't even sleep in the bedroom; it was too scary. We ended up sleeping in the living room. On our last night in the house, all the doors started opening and closing, slamming. After we moved out, we had family members tell me about all sorts of things happening when they were at the house. My sister told me about things she experienced while visiting, but she didn't tell me until after we moved out because she didn't want to upset me. She wouldn't come back. Others would not come back, either. One of my cousins, Diane, said she put a glass in the sink, and it ended up on the dining room table, still full of water. She also recalled the telephone ringing before it had been installed.

Even the animals were fearful of that house. Our horses would go everywhere and had no fear of anything but would not walk up to the house. They saw it as a danger. The parrot beat itself to death in its cage because it was so scared.

It's like the Bible verses in Job 12: 7-10 (King James Version): "But ask now the beasts, and they shall teach thee; and the fowls of the air, and they shall tell thee, or speak to the earth, and it shall teach thee; and the fishes of the sea shall declare unto thee. Who knoweth not in all these that the hand of the LORD hath wrought this? In whose hand is the soul of every living thing, and the breath of all mankind." Our horses knew something wasn't right. So did the parrot.

When all this started going on, we went to the daughter of the previous owner and told her we loved the house but had to move, that some strange, unbelievable things had gone on there. She said, "I was afraid of that. Dad was very strange." She had a picture of her dad. He had on overalls and I thought he favored the man in my vision.

The house is still there. It has been vacant for long periods of time.

When we left the house, I was afraid the spirit would follow. It was so wonderful to wake up in Obie's house. I had the sense that the man was gone, that he could not follow me to that house. Maybe the house was blessed since Obie was a preacher. I had a very safe feeling there.

Strangely enough, I had no odd feelings at all about the house on Duncan Road until we moved in, but there was an attraction there—something like a magnet that drew me. I found out later, years later, from a cousin in California who worked on genealogy about the graveyard where our great-great-grandfather, Henry Long, was buried. She said it was on Duncan Road and there had been a church there, St John's Lutheran. I was shocked to discover this was the cemetery next to the house where we had been terrorized.

The church must have been near the house because our driveway was the only way into the cemetery. Until my cousin made the connection, I would never have known the correlation between the cemetery and the house.

My cousin visited from California and wanted to see the cemetery. I drove her out there, but I could not get out of the car. I told her she could tell me what's there, that I was not getting out of the car—I was not going to take any chances. That door had been closed and I was not going to open it. I didn't even want to take her to the location.

That experience was my first encounter at age 19 of the paranormal, the unexplained. Trust me, I did not want to make any more encounters of any kind in any fashion.

You can be drawn into things and not know why. Things can seem fascinating at times, but they can turn very scary. I would recommend to never investigate something like Ouija boards that you can't control—that entity that you can't explain, that cannot be logical. You don't have that power. You're at their mercy. Protect yourself. Don't be sucked into it.

I would not do seances, any of that, ever. As innocent as it appears to be, that is sometimes how evil expresses itself. People say when playing this game, "It isn't hurting anything, just keep on playing it." You can't see it, but you're seeing the results of it, and you can't control what's going on in your own environment, in your own space. Just don't open the door.

CHAPTER 4

DEATH AND DREAMS

"The people who walked in darkness have seen a great light; those who dwelt in the land of the shadow of death, upon them a light has shined." ~ Isaiah 9:2 (New King James Version)

Dreams and visions are mentioned throughout the Bible as warnings, prophecy for the future, guidance. A few examples from the New International Version:

Daniel 1:17 ~ To these four young men God gave knowledge and understanding of all kinds of literature and learning. And Daniel could understand visions and dreams of all kinds.

Genesis 20:3 ~ But God came to Abimelech in a dream one night and said to him, "You are as good as dead because of the woman you have taken; she is a married woman."

Genesis 40:8 ~ "We both had dreams," they answered, "but there is no one to interpret them." Then Joseph said to them, "Do not interpretations belong to God? Tell me your dreams."

Matthew 2:13 ~ When they had gone, an angel of the Lord appeared to Joseph in a dream. "Get up," he said, "take the child and his mother and escape to Egypt. Stay there until I tell you, for Herod is going to search for the child to kill him."

Jonnie Odom has experienced dreams and visions throughout her adult life, but possibly the most vivid occurred following the death of her father in 2013. They were very close. So close that Jonnie believes he didn't want to leave without her.

Was it a dream? A vision? A fanciful trick played on her mind as she mourned the passing of her hero and mentor?
Study the facts, then decide for yourself.

Room 2 at Newbury House, Historic Rugby, Tennessee.

Jonnie's story

After my dad's death on Oct. 27, 2013, I was still trying to process the fact that he was gone. I was trying to go about my normal life, but nothing was normal about it anymore.

I have a business making beauty products using organic ingredients, essential oils, etc., and shortly after Dad died, my business partner, Karen, and I were planning to attend an event where we would sell the products—lotions, soaps, perfume, lip balm, and salves. I was at home, late at night, getting the products ready to pack for the show the next day, when I remembered something I needed from my car. I went outside, wearing flipflops, caught my right foot on the step coming back inside the house, and fell on the porch, hitting my right cheekbone on the corner of a small refrigerator we kept on the porch to store dog food. What happened next completely changed my life.

I had checked the time before I went outside so I know these events happened at eight o'clock that night. As I was lying on the concrete porch, I saw my dad—he was a bright light. It was scary because it was his face, but he was just a huge, bright light. His face was the center of the light, and he had this gigantic smile of happiness that you could not even comprehend. He said, "I'm leaving, and you can go with me now." This happened so suddenly. It was such a shock to me, and I said, "I can't go because of John," my son. In an instant, Dad was gone.

Two hours later, I opened my eyes, and I was standing in the kitchen. I felt confused, as if I had gone into another realm. It's as if I didn't know where I was. I thought, "What am I doing here?" I was hesitant to come back.

Don came through about this time, and when he looked at me, he saw blood all over me where I had hit my cheekbone, and leaves and dirt from the porch on my shirt and shorts, but nothing on my knees. He said, "Was there someone outside? Did someone attack you outside?" I said, "I think I fell."

Some of my products were still on the table and I said, "What is this stuff?" He said, "That's your products that you and Karen sell," and I said, "I don't know who Karen is." It was like that whole kitchen was strange to me, and I didn't even remember who Karen was. Don said, "Get some clothes on, I'm taking you to the hospital." Now this was two hours later, it was ten o'clock. So, when I got to the hospital, they did a brain scan.

Now, I have bad knees. If I get down on this floor, I will have a hard time getting up. But the emergency room doctor said, "You don't have any scratches or anything anywhere else. Your only wound is on your face."

When they did the brain scan, we sat and waited until the doctor returned. He said, "This isn't possible, but there's about thirty minutes where there was no activity in your brain. We're going to do another brain scan and send it to Phoenix because there must be something wrong with our system. I'm not going to let you go until we can get clarification of the brain scan."

About three a.m., they got the report back from the brain scan, and the doctor said, "It appears you had no brain activity for thirty minutes. We can't explain that. The same report has come back from Phoenix that we had here. We are going to send these reports to your doctor, and I want you to follow up with him Monday. You have a fractured sinus cavity, and you're probably going to have to have surgery."

When we left the house to go to the hospital—we live out in nowhere, no neighbors, no nothing, in this old farmhouse—when we walked out, there was a fog so thick you couldn't see an inch in front of you, but when we got out of the driveway, there was none.

When we went back home hours later, there was no fog anywhere, but when we got to our driveway, the whole house was engulfed in it, and you couldn't see anything. My husband said, "This is too weird. We're driving past our house and see how far this fog goes." Well, when we got past our property, there was no fog. It was at that one spot and nowhere else.

On Monday, I went in to see my doctor, and he said, "Jonnie, I don't believe in paranormal activity, I don't believe in any of that stuff, but you were gone for a while." And he said, "I want to see your knees. How did you ever get up off the concrete? I know what kinds of problems you have with your knees." I said, "I don't have a clue. I woke up standing in the house."

This situation with my fall made my medical doctor a believer in the paranormal. I told him, "I can't explain some of these things," and he said, "This is the first thing I've seen that has been measurable for me."

I had another brain scan a few weeks later that didn't show the lapse in brain activity anymore. It was as though it was healed. It was very different from the one I had the night I fell. But evidently my brain was not functioning at all for that half hour.

Another unexplained happening was, when we go out and shut our doors, it registers with the alarm system, and when we come back in, it chimes. On the night I fell, the alarm system never sounded. I asked my husband if he heard it when I must have opened the door, and he said, "No," but he sensed there was something wrong when he woke up and came to check on me. We had the alarm people check, and they said the door was not opened back up after I went out. How I got in the house is another story. It was the most unbelievable thing.

A few nights later, I received news that an aunt, my mom's only sister who Dad was close to, had died. She lived in Elizabethtown, Kentucky, but she had gone to Lexington, Kentucky, to have some routine tests run. She was going to spend the night at the hospital and have the tests run the next morning. The nurses checked her at four-thirty p.m. and she was fine; when they went back in an hour later, she had passed away.

They could not determine what this woman died of. I felt that Dad's spirit offered her the same opportunity he had given me, and since she was ready to go, her spirit left with my dad's spirit. This was a devastating time for my family. It was certainly a life-changing experience for me.

The day we buried Dad, the whole family was in, including my son, who lived in California at that time. I believed that Dad had a message he wanted to give me, and the place I sensed I would find it was in Historic Rugby, Tennessee, a place I often go that's known for paranormal activity. I think Rugby is a crossover. I think there are spheres that are crossovers for us when we are ready to leave, and I feel like Rugby is one. I don't have any basis for this, just a gut feeling.

I told the family I wanted to go to Rugby and spend the night. If Dad's got a message he wants to give to me, that's where I'm going to find it. I rented Newbury House in Rugby, and we all went up for the night. I told my husband, I told them all, "I'm going to sleep in Room 2, the room known as the most paranormal. You all can sleep somewhere else, but I'm sleeping in there by myself in case there's some kind of message from Dad."

I always leave a light on when I'm in Room 2 because it's a little bit spooky, and everything seems to happen at three a.m. I woke up when the light went off. I thought maybe the bulb was bad or something, so I got up and checked. It immediately came back on at three a.m.

I saw several old books on a desk in the room. I couldn't go back to sleep, so I thought I'd look at them and see what they were about. I opened one from the late 1800s and immediately turned to a page that was a letter from a father to a daughter about his death. His name was John; my dad's name is John.

It was a poem, and it described what happened to him before he died. We really didn't know what had happened to Dad; he had dementia, so people didn't know whether to believe some of the strange stories he told or not. I never got a chance to prove anything before he died a few days after being hospitalized.

The book I found at Rugby was entitled, "Meredith, a Book of Poems and Stories" by Owen Meredith. The poem told of the death of a man named John, written to his daughter after his passing. I told my family the next morning, "I need to buy this book. This confirms that this is a letter to me." The woman in charge of Rugby said, "Well, that book is rare. We can't sell it, but I'll try to find you one." They found one at an estate sale in Nashville. It's so old, and I'm lucky to have it.

I felt like I knew when Dad left because there was an emptiness that can't be explained. I wanted to go with him. I really did want to follow his path, and I did not want to come back. It was such a wonderful feeling, but the only reason I did not go was because of my son. I felt a premonition that something was going to happen to him and he would need me.

The one thing I really gained from seeing Dad and something I really wonder about is, you read so many things about people dying and coming back and all this stuff, but no. It is a burst of energy. It is a burst of magnificent light, and you must look so closely. The face is the only resemblance of the person, and you do recognize that face. But the body is just a light that is blinding.

As a paranormal investigator who was a friend of Linda Albert said, we are energy, and it can't be destroyed. The energy lives on. He said he thinks some entities, or spirits, project what we want to see. Or maybe our imagination sees them in that way.

Seeing Dad wasn't a fearful thing, but it's not like that for everyone. I think it's different depending on how you live your life and the state of your mind and soul.

CHAPTER 5

CALDERWOOD SUPERNATURAL

"The unseen forces are greater than the seen." ~ Edgar Cayce

Jonnie Odom lives on a particular road in rural Blount County, Tennessee, called Calderwood Highway. It intersects with U.S. Highway 411 South outside of Maryville and traverses the beautiful Great Smoky Mountains foothills up to and beyond what has come to be known as the Tail of the Dragon, a favorite winding, curving route motorcycle enthusiasts and sportscar drivers from around the world ride for the thrill of it.

Portions of Calderwood Highway, U.S. 129, skirt Chilhowee Lake, and beyond this lake, a short drive off the highway takes you to Calderwood Dam, which was completed in 1930. Calderwood Dam was one of four hydroelectric dams, including Chilhowee in Tennessee and Santeetlah and Cheoah in North Carolina, built by the Aluminum Company of America (ALCOA) along the Little Tennessee River to provide electricity to its aluminum smelting operations in Blount County.

The highway continues into Robbinsville, North Carolina, and beyond, but for our purposes, Jonnie is speaking of the road in Blount County, Tennessee.

Jonnie's story

Calderwood Highway, U.S. Highway 129, the Tail of the Dragon, is known the world over as one of the most challenging and dangerous roads for motorcycles, sportscars and all vehicles. There is a long history of adventure, challenge, and stories of death, moonshine, romance, and massacred Indians along with scalped pioneers on this famous stretch of highway. Despite over one hundred deaths on Calderwood Highway and the Dragon since we purchased our property, it continues to be one of the most traveled roads in the United States. It appears there is an invisible magnet that attracts people to the area. For many, it is the last trip they will make. The only thing that will remain of them is possibly their ghost or some type of magnetic field of energy they leave behind.

The railroad bed that remains from the train tracks that ran through the area more than a century ago carrying logs and supplies to settlers is visible in some areas. Sometimes, I'll wake up in the middle of the night, or I'll not be asleep but sitting there reading, and I'll hear a train. I'll wake Don up and ask, "Did you hear that train?" And he will say, "No." Nobody seems to be able to hear it but me. It is so vivid to me. At times, I'll be sitting on the front porch with other people, and I'll ask, "Do you hear the train?" And they answer, "No." So I've gotten to the point where I don't say anything.

In the fall, a mountain stream runs red. Legend tells of an Indian chief and his son who were massacred near the stream by militia led by John Sevier.

How do I know these things? I've seen the red stream, I've heard the train, I've found artifacts from the moonshiners, the Indians, and the militia, and I've seen motorcycle riders' bodies hit the pavement and blood and skin from the impact on the pavement for days afterwards. The ones that hit cars head-on from passing in no-passing zones, not much is left of them.

This story began years ago while we were searching for pasture for our horses and cattle. On the way to Abrams Creek campground and Chilhowee Lake, we traveled on Calderwood Highway to reach our destination in the Smoky Mountains. On one trip, we spotted a for-sale sign on Calderwood Highway for fifteen acres and a very old house that did not appear to be livable, but to our surprise, someone was living there at the base of a mountain.

We stopped at the pasture across from the house, as the driveway to the house was too steep to drive the truck and trailer on. My husband walked over to check the barn, pasture, and stream, and I walked up the driveway to the house. It was a pitiful looking little house with an outhouse on the hill, trash all over the back porch, chickens running around in the house. I knocked on the back door, and a young man opened it and invited me in. "Come in and I will clear a place for you to sit and fix you some Kool-Aid," he said, with a big, creepy smile on his face. I thanked him and declined, as this didn't seem like a good idea.

After telling him I was interested in purchasing the property for horses and cattle, he told me it was haunted, he had copperhead snakes in the house, and he had no intention of leaving. He said, "Be assured, I am not leaving, I will be here on this property until I die."

On Monday we called the realtor. He did not want to go to the house but sent us maps and gave us the name of the owner, a single woman who was employed by the state of Tennessee as a social worker. She said she had allowed this guy to live on her property to take care of it, as he gave her a sad story of no work and being homeless. It didn't take him too long after he moved in to start a very lucrative marijuana business and she had attempted unsuccessfully to evict him. Truth is, she was afraid of him and the people he sold to, so she felt the only option was to sell the property. He had destroyed the house and trashed the yard.

Within two weeks, we purchased the property, and the sale was final. Now that we had possession of the property for our horses and cattle, the next task was convincing the young man to leave the haunted house and his drug business.

We drove out to the house after the purchase and told him he needed to find another residence. His statement surprised us, "I'll be out tomorrow." Sure enough, the next day he was gone, leaving chickens, trash, and yes, there were copperhead snakes in the house. It took us a year to haul away all the trash and old appliances and eradicate the copperheads. We found little round holes drilled out in the floor and discovered the answer to this puzzle when we went under the house. Electric cords were dropped into the floor holes to use with light bulbs to grow marijuana plants. It was obvious why he didn't want to leave. This was the perfect hiding place on the secluded mountain for an illegal business. A few months after we bought the property, the young man's body was found a short distance from our house on the side of the road. The Blount County coroner ruled death by overdose of drugs.

We became very obsessed with the area. We never planned on moving to the Calderwood property. The original purpose was to pasture our three horses and five cows. The property was close to Abrams Creek and the horse trails we enjoyed riding on. We found ourselves there every weekend and on Sunday night not wanting to go back to town. We gutted the little house and installed new wiring, electrical box, flooring, walls, plumbing, and an indoor bathroom. It was the perfect weekend escape, but we found ourselves not wanting to leave although we needed more rooms, more bathrooms, more space for it to meet our needs.

In December 1992, we moved to the house on Calderwood Highway. Our home in Maryville unexpectedly sold only one month after it was placed on the market. The realtor projected it would take about six months to sell and that would give us more time to keep working on the Calderwood house. We weren't ready for the move and had to rent several storage units. All our camping supplies were placed in a little storage shed on Calderwood. We had so little time to move. It was December, and I remember sitting under a tree in the back yard wondering if we had made a good decision with the move. I heard a noise above my head, looked up, and saw a white owl. A very rare sight to see, and I took this as a good omen. We had been working a year remodeling and adding rooms. We had not anticipated moving in so soon, but we had no choice when our house sold.

Nothing unusual happened until the Storm of the Century, what is known as the Blizzard of '93, started Friday, March 12, 1993. The storm was a cyclonic blizzard that started with cold temperatures and heavy snowfall.

Our first concern was the safety of the animals. The snow was up to the horses' stomachs, something we rarely see in East Tennessee, and we had to shovel snow to get them moved into our big barn. The cattle were also moved to the big barn, so the animals were situated and safe. The temperature dropped below freezing very quickly and we lost power. We had no power, water, or heat for seven days and the roads were impassable. Fortunately, we had a freezer full of food, and the camping equipment helped ensure our survival. We used the outhouse on the hill because it was easier than carrying buckets of water from the creek. We melted snow to drink as we had a well that needed electricity to pump water to the house. In addition to the outhouse on the hill, we located the remains of an old moonshine still.

These cold nights during the blizzard brought strange sounds and unusual images at night. It was scary to go to the outhouse at night. We heard sounds of a child crying. We knew no one in the area, but on one of those cold nights we had a visitor. A neighbor we had not yet met, Chuck Radcliff, weathered the ice, snow, and cold to bring kerosene and food in his four-wheel drive vehicle to neighbors he felt needed assistance. We were using our camping kerosene heater and had used the last of the kerosene. Miracles do show up when you need them.

I started researching and talking to locals to find out all I could about this mountain and the many eventful happenings on Calderwood Highway. In the early 1900s, the family that lived in a house on our property lost their baby to pneumonia. The couple had no additional children, and it is rumored that the child was buried on the mountain near the outhouse. Could this be the ghost of the child we heard on the cold nights of the blizzard?

In the 1700s before Calderwood Highway existed, it was a trail used by the Cherokee Indians. In 1784, a portion of the area became the failed State of Franklin, with John Sevier as governor of the territory. There was intense fighting between the settlers and the Indians in the area. Because of the streams that border our property, it was a popular place, and the Indians did not want to give up the mountain to the settlers.

An Indian named Slim Tom killed a family named Kirk at a settlement on the Calderwood Trail. Slim Tom was known to the family, and when he stopped and asked for something to eat, they let him in. The father and oldest son of the family of thirteen were away, and seeing that the home was poorly defended, Slim Tom gathered other Indians and returned to massacre all the family members present. Their bodies were strewn across the yard.

John Sevier, along with the other settlers, wanted revenge. Chiefs Abram and Old Tassel had promoted peace and were convinced to meet the white leaders under a truce. While Sevier was reportedly away, Maj. James Hubbard led the militia that massacred the chiefs who had gathered under that flag of truce at Abram's home, including Abram and Old Tassel, using a tomahawk. John Kirk Jr. delivered the fatal blows in revenge for his family's massacre. The bodies of the chiefs were left unburied. (NativeAmericanProphecy.com).

The story was told to me by a Mr. Garrett, who owned our property in the 1950s, the story is that the stream ran red during the month of the massacre. This story had been passed down for generations, and the stream still runs red in the fall. I had an environmentalist friend check it out and the only explanation he had was that maybe there was iron in the stream. The only thing we know for sure is, there was lots of bloodshed during the massacre.

Mr. Garret was past eighty years and told me our water from the well had some magical powers that could cure everything. In exchange for his knowledge and history of the area, he came to our house every week to get his drinking water. He would bring his containers and fill them with the fresh underground water and tell things he remembered when he lived on the property. He worked at the Blount County Jail in the 1950s and told of a work bus that wrecked at the curve in front of our property that killed several of the prisoners. The bus was hit head on, and bodies were on the road and in the field. He said for months after that he could hear the crash and screams.

This was also the main route for transporting moonshine between Tennessee and North Carolina. This same curve in front of my house is where the Federal agents would sometime hide on the mountain and block the road to try to stop the moonshine deliveries into North Carolina.

Mr. Garrett passed away and is buried in a local cemetery. I visit his grave and can sometimes feel his spirit on our property, the property that belonged to him many years prior to us.

I have lost count of how many motorcycle riders have died and wrecked in front of my house upon meeting the curve on the mountain roadside. I used to run down the driveway upon hearing the metal hit the road to see how badly the riders were hurt. Most don't survive and if they do, they are badly injured. Now, when I hear a crash, I call 911. I know there is not much I can do.

The area is heavily populated with deer, bear, and wild turkeys. Some of the wrecks could be contributed to wild animals crossing the road. One night a very large owl hit my windshield while driving home. Another night a deer ran into the passenger side of my car, the antlers caught onto the side mirror, and the deer was thrown into my windshield, cracking the windshield. I got out of the car and the large buck was on the side of the road and appeared to have a broken neck. A man in a truck was behind my car, and he shot the deer, thinking he had killed it. As we walked closer to look at the deer, it started to jump up, and the man took a large knife and finished killing it so it wouldn't charge us. That was a stressful evening for me and the deer.

There is a thin veil between life and death. I feel there will continue to be hauntings on this road and in this area due to the violent deaths that have occurred in the past and will continue to happen in the future.

PART II

TRAVELS

CHAPTER 6

NEW YORK CITY, SEPTEMBER 11, 2001

"Hell is empty, and all the devils are here." ~ William Shakespeare, *The Tempest*

September 11, 2001.

That day is seared into my memory, as I'm sure it is seared into the memories of most Americans who witnessed news reports of attacks on American soil by the Islamic extremist group al Qaeda. Militants hijacked four airplanes and carried out suicide attacks against targets in the United States. Two of the planes were flown into the Twin Towers of the World Trade Center in New York City, a third hit the Pentagon just outside Washington, D.C., and the fourth crashed in a field in Pennsylvania. Almost 3,000 people were killed during the 9/11 terrorist attacks.

I had started my tenure as a full-time reporter and columnist with The Daily Times, then in Maryville and now in Alcoa, Tennessee, on September 11, 2000. My first anniversary with our hometown newspaper was spent in the newsroom watching events unfold on the television set at the far end of the room. This day and many days that followed were surreal, like a nightmare from which we couldn't awaken.

Even more bizarre was that, as a feature writer sharing the "good news" of our county, I was working on a story about a local lady who made custom handbags. How ironic that as I struggled to keep my mind on my job, friends in the office were frantically trying to reach relatives in both New York City and at the Pentagon. All were, thankfully, located safe and sound eventually.

Jonnie Odom had quite a different experience. While I was far removed from the terrors in a small town in Tennessee, she was in New York City on a business trip and to visit her son, an employee of one of the airlines based there. Jonnie was an eyewitness to the carnage ... but she was also a witness to other things that could not then and cannot now be explained. Things that are difficult to speak about, that make her emotional more than two decades later ...

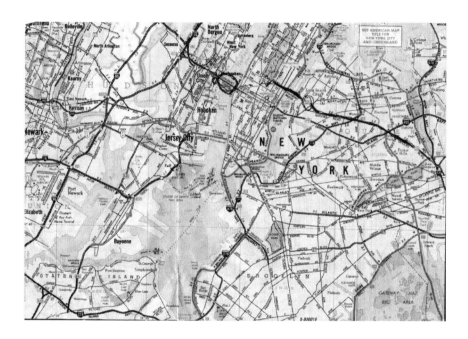

A map of New York City used by Jonnie Odom to leave the city after the Sept. 11, 2001, attacks.

Jonnie's story

I experienced no more paranormal incidents after the haunting on Duncan Road almost thirty years earlier. Life was normal. I worked as a human resources manager at Levi Strauss in Knox and Blount counties, but then the company closed all manufacturing operations and moved to Mexico. At that point, I opened an edible advertising business, cakes decorated as business cards. My son was working as a trainer for one of the major airlines in New York City, so he had a home there. I was back and forth from Tennessee to New York selling my products for Edible Advertising, flying in and out of New York about every week.

I made a trip in August 2001 and took a taxi from the airport to my hotel. The taxi was delayed in the Lincoln Tunnel for three hours, so I had the opportunity to talk to this taxi driver to pass the time, plus I'm from the South and converse with everyone. I asked where he was from, and he said Iraq. He asked where I was from and I said near Knoxville, Tennessee. He said he knew all about Knoxville, he had dated a girl there, and he did flight training at a small airport outside of the city. He told me all about the girl he dated in Knoxville and how he preferred Southern women to the girls in New York. We had a very long, nice conversation.

We got to my hotel, and I asked for his business card. I told him I was in town frequently and would give him a call so he could take me back and forth from the airport to the hotel or my son's apartment. He asked when I would be back, and I said September 10 or 11. He got very quiet, and he said, "That's not a date you want to come back. Do not come on those two days; come on another date." When I asked why, he said, "Just take my advice."

My son came over that night, and I told him about this conversation and how the taxi driver had advised me not to come back on those days in September. My son said that I should not be talking with taxi drivers.

He said, "You hear everything in the world from them, and they rarely know what they're talking about."

My son and I had flown to New York City three or four weeks before my solo trip in August 2001. We had to circle New York a couple of times before we could land at LaGuardia, and it appeared to me that we came too close to the Twin Towers. I made a comment about that, and he said, "There's nothing to be worried about. This is the most protected town in the world. They've got jet fighters that will shoot anything down, whether it's a passenger plane or any other kind of plane that comes within a certain radius of those towers. You don't have to worry about anybody coming in close to New York or anything happening in New York." So, I thought about that on the next trip when I was coming in by myself and then hearing this taxi driver's warning to not come back in September. I remembered my son's words and thought, "I guess John is right, taxi drivers don't know what they're talking about."

John had planned to fly back to Tennessee in September to pick up his car because he had moved into an apartment where he could park it. Our plans were for him to fly to Knoxville on September 9 and we would drive back to New York on September 10.

We were up early the morning of September 10 and started our drive to New York. We decided to get a hotel outside of New York that evening and drive into the city early on September 11.

The Twin Towers were hit before we got to New York. We were stopped at Lincoln Tunnel and had to remain there a couple of hours before we were allowed to go through. The only reason we were allowed to go in was because John was a resident of Queens. We had to get out of the car, and police searched it before escorting us to his apartment complex.

We could see the burning Towers. Both Towers had already been hit by that time. Debris was everywhere. It really wasn't very smart of us to go in; we should have turned around and gone back to Tennessee, but we didn't. When we got to John's apartment, I told him I thought we needed to go and donate blood to help the injured. So many people were killed, there was chaos everywhere, debris everywhere. The smoke was heavy and burned your eyes and nose. Breathing was difficult. I was wearing contact lenses and could barely see. I didn't think about taking them out. An eye infection resulted that lasted for years.

There was no phone service that day. A gigantic cloud that looked like Satan's head with horns formed over The Towers after they collapsed and remained over those Towers for hours, very vivid. An overwhelming scent of burning flesh permeated the air. Months later, I would wake up in the middle of the night thinking I was smelling the same scent, the scent of death.

I had booked a hotel next door to my son's apartment because he had friends staying with him at that time. We went to his place first and then across the street to my hotel. People who looked Middle Eastern and were wearing turbans were out celebrating in the streets, dancing and yelling, "Death to America! We've won!" The police rounded up these people and jailed them. Some of them were shot if they resisted arrest. By the next day, the streets were empty, with no taxis. Most of the taxi drivers were from the Middle East. They were all hiding, afraid of being shot by Americans because of the Middle Easterners celebrating the fall of the Towers.

It appeared to us that we were in the middle of a war, and we were losing, and there was nobody coming in to protect us—no military, no planes flying around those Towers. What was supposed to be in place never happened. Those security planes that were supposed to shoot anything down never showed up, and I don't think they showed up until the next day.

At the hotel I was in, police gave the staff guns and told them to shoot any disruptive people who tried to come in. A lot of those people were rounded up and sent to prisons in other areas. The streets were clear of the celebrants the next day. Instead, people were showing photos of loved ones and asking if anyone had seen them.

After the first Tower went down, the second Tower was evacuated. People on the street were searching for any word of their loved ones who had been in The Towers. They told me they had been in communication with them after the first Tower was attacked, and they were told everything was safe and they could go back in the second Tower. The second Tower was hit after they had gone back in. What was visible reminded me of the scene from the movie "Gone With the Wind" during the burning of Atlanta in the Civil War.

My son, John, and I debated on whether I should go to his apartment or stay in the hotel that first night, but I said it was already booked and I would stay there. It was a small, family-run hotel. That first night, the person that owned the hotel put me in a room directly behind his office. He said, "Don't worry, we'll make sure you get back to Tennessee OK." He said, "I have guns. If they come in here, they will be shot." He had bullet-proof acrylic installed.

That night, I was sitting on my bed, watching from the window. The hotel was across the street from a fire department. Every so many hours, the firemen would go out but they never came back. I was watching this, not really knowing what was happening. But they went out with the fire trucks and they never came back. I found out later they had gone to rescue people from The Towers, but they died trying to do so.

No one slept very much that night. My son had gone back to his apartment, and I was sitting up in bed, wide awake, when all of a sudden, I felt this wind in my room that blew in my face and tousled my hair. It went by so fast, then it was like it came back. I thought, "Oh, my gosh, this must be the spirits of all these people who have died." It was so scary that I left after that night and went to John's apartment. That was the incident that happened in New York.

There were so many deaths, and for some reason, those spirits were still there. I could feel it in the wind when it went past me. There were no vents, there was nothing in the room to create the kind of atmospheric pressure that would have caused that kind of wind. It was strong enough that I felt like I needed to get out and go with my son.

I had to stay in New York for almost a week because no flights were available. After about the fifth day, television news reports were showing LaGuardia Airport was open again, but with only a few departures. Even with my son working with the airlines, there was no priority as from before, no protocol for family, employees, or anybody with the airlines—everybody was under suspicion no matter who you were.

When we saw on TV that LaGuardia had opened and was full of people trying to get out of New York, I packed my bags and begged my son to come with me to Tennessee. He decided to remain in New York City. He drove me to the airport, but no one was there. We had just seen on TV, not even thirty minutes prior to that, that LaGuardia was full of people, but when we drove up, all lights were off, and all we saw were military people with machine guns. They came up, opened our doors, and asked us to step out of the car. One asked me, "Where are you going?" and I said, "Tennessee." She asked if I would take a rental car if they could get one. I said, "I'm ready to leave any way I can get out." While we were waiting, I asked her, "We just saw on TV that the airport was open; where did all these people go?" She said what was showing on TV was a decoy because they were still trying to catch terrorists, and they did catch some. I was in total disbelief.

They got me a Hertz rental car. John stayed because he thought he would be needed by the airline.

I had never driven in New York City. I had joked that I hoped I would never have to, but I wanted to get back to Tennessee too badly. I had my little map to get me out of New York City.

John wanted to leave his car at the airport and ride with me to the Lincoln Tunnel and then take a cab back to the airport. I didn't like this idea, but he would have it no other way.

When I got to the Lincoln Tunnel, we both had to exit the car for guards to check for explosives, using police dogs. Only one car was allowed to go through the tunnel at a time and had to go all the way through before the next car entered. John and I hugged and he found a taxi to return to the airport. This was the same tunnel I had gone through less than a month before with the taxi driver who told me not to come back in September. That was a very strange feeling.

I finally drove through the tunnel, and it was a very long drive. Once I got to the other side, police had to check the car again. So, I escaped New York City but took a wrong turn and ended up in New Jersey, at the same hotel where my son had celebrated graduating his flight training with the airline. I went in to ask directions, and the people remembered me. I had trouble understanding their accents, and they had a hard time understanding me. At least we were able to communicate enough for them to get me back on a road to get me out of New Jersey. I called my husband and told him I was lost in New Jersey but would be back to Tennessee at some point. I left there and got back on the interstate heading to Tennessee.

No one had phones that worked, but fortunately, I had Verizon, the first service that came back up. I had loaned my phone to everyone on the street in New York City who asked to borrow it, to try to find family members. When I checked my phone bill, I had $7,000 in roaming charges.

I was so tired that when I got to Virginia, I decided I had to stop, and I did at the first hotel I came to. Everybody at the hotel wanted to know what had happened in New York, what I had seen, and how I got the rental car. I had not even looked the rental car over. I checked it out and saw that the whole back was dented in and had been dented when it was

51

given to me. I called Hertz, and they said not to worry about it. Then I called Verizon and they told me not to worry about that bill.

At that point it was about four p.m. I told the receptionists at the front desk I would be up later that night and would tell them what happened, or if they would be working the next day, I would talk to them before leaving in the morning.

My room was on the ground floor. The closet had two big, sliding, mirrored doors. I had a very strange feeling opening that closet door, a very stressful feeling, but I didn't think anything about it. I just laid down on the bed without getting undressed. I thought I'd take a shower and get dressed for bed later. I was so exhausted that I went into a deep sleep and didn't wake up until nine the next morning.

In that deep sleep, I dreamed of a man in that closet behind those mirrored doors. Someone else was in the room, and I could see her. She had put her pajamas on and was in bed reading. This man came out from behind the mirrored doors and jumped on her, raping her. He had a hood over his head, and she fought him and tore the hood off. There was a deep scar on his right cheek. He told her she shouldn't have done that and he proceeded to strangle her to death. After raping and killing her, he went out the window. When I woke up, I thought this was just a bad dream, perhaps a continuation of everything that happened in New York.

That morning, I got dressed, ready to leave for Tennessee, and as I checked out, the receptionist asked if I slept well. I said, "Well, actually I did not, I had a really bad dream and I guess it was a carryover from New York City." She asked, "What did you dream?" and I said, "This sounds crazy, but I dreamed that a girl was raped and killed in there."

She and the other woman got looks on their faces that I couldn't even explain. She finally asked, "Are you a psychic?" I said, "No, I'm not a psychic. Did something happen in that room?" She said, "Yes, it did," and she asked me how the girl in the room was killed. I said she was strangled to death.

The receptionist then asked me what the man looked like, and I replied that he was about 6 feet tall, he was black, and he had a scar on his face. The receptionist asked if I would stay and talk to a detective.

Sure enough, a woman had been attacked about a month before in the room, but they didn't have a clue what the man looked like. I would have had no knowledge about any of this. So, I stayed over an extra hour to talk to the detective and told him what I saw in my dream. Of course, they had questions: Had I ever been to the hotel? Had I been in Virginia before? They took my name and phone number and told me they would call if they caught the man.

They told me a black man had worked there who had a scar on his face that looked like what I saw in the dream. He left the employment of the hotel shortly after the incident. They had his picture on file, and yes, it did look like the person I saw in the dream. About six months later, they found somebody and thought it was the attacker. I have heard nothing since.

This was very strange to me, but no stranger than what I had experienced in the hotel room with the spirit wind that blew past me in New York. Too much death, too much sorrow. I was ready to leave the hotel and head home.

As I was driving back to Tennessee, few people were on the road, very little traffic. The only vehicles I saw were transfer trucks carrying caskets, hundreds of them, going toward New York. It made me feel so sad because the majority of people who died in The Towers were incinerated, with no bodies left to bury.

The business that originally took me to New York City was the Edible Advertising business that I started after Levi's shut down. A lot of businesses folded after 9/11, including mine, because most of our sales were in New York City, Atlanta and Washington, D.C. A couple of United States presidents bought quite a few of the products, but there were no orders after 9/11 and it was impossible to get shipments of the supplies we needed. Less than a year after 9/11, we had to shut the Edible Advertising business down.

I may have lost my business, but on a positive note, I was alive. I could start again, find a new job. Unlike the thousands of people who perished in The Towers, I still had life. I would learn from everything and move on.

Addendum: The details of the hotel stay were vague in the aftermath of the shock of 9/11 and the subsequent shock of such a realistic dream that proved to be accurate. Jonnie could not remember the name of the town in Virginia, and internet searches using the few details she remembered were fruitless ... until the week before this book was due to be finished.

Most authors will question, at some point, exactly why they feel the urge to write a book. Jonnie was no different. She questioned herself, asking, "Why is it so important for Linda and me to tell these stories? Will anybody care?" and she asked for a sign as to whether we needed to continue or let it go.

Her sign came the next morning. As she was looking for something else in a metal file drawer, she saw the tip of a piece of paper sticking out of the drawer divider. She pulled it out ... it was the receipt from the hotel in Winchester, Virginia. We had been trying for months to find some concrete information. Now, she was holding it in her hand.

"I was there on September 15, 2001, and my time of arrival is shown as four-thirty. I was in Room 111," she said. All this information is on the receipt.

We have not found any newspaper reports to date to corroborate the story.

CHAPTER 7

CARNTON PLANTATION, NASHVILLE, TENNESSEE

"Even the dead tell stories." ~ Marcus Sedgwick, *Revolver*

The Civil War was a tragic and tumultuous time in the United States that pitted brother against brother, friend against friend. The war began April 12, 1861, when Confederate troops fired on Fort Sumter in South Carolina, a fort occupied by Union troops. Four long years of bloody battles ensued, primarily in the South. The end of the war was set in motion on April 9, 1865, when Confederate Gen. Robert E. Lee surrendered to Union Gen. Ulysses S. Grant following the Battle of Appomattox Court House in Virginia. The war officially ended on May 26, 1865.

In my family, my great-great-great-grandfather, John Coulter, was arrested at his home in Blount County as an "active rebel" for giving aid to Confederate soldiers—likely his sons, Confederates Robert Riley Coulter, my ancestor, and William Ellison Coulter—and marched north to a prisoner of war camp in Sandusky, Ohio, where he died. Letters written to his wife by another Blount County man who made the journey said that "he bore the hardships and exposure of the march from Knoxville to Cincinnati well for a man of his age and constitution. We have nothing very flattering as to our speedy release from this prison but hope that the two governments will see the importunity of holding men on both sides of the age of Mr. Coulter and myself for no other offense than that of enjoying an honest political opinion. We know of no other charges against us." John Coulter was the ripe old age of 56 years when he died in 1864.

My great-great-grandfather, Robert Renfro, served in the Union Army as a chaplain. He died in a Knoxville hospital of measles. I descend from his daughter, Emily Renfro, who married Sam Coulter, son of Robert Riley Coulter. I've often wondered if the two families reconciled after the war ended or if they continued to harbor ill feelings.

Blount County saw no major Civil War battles, but one area in Middle Tennessee experienced the bloody Battle of Franklin Nov. 30, 1864, at the Carnton Plantation. According to the website promoting Franklin in Williamson County, Tennessee, at visitfranklin.com, Carnton Plantation was built in 1826 for former Nashville Mayor Randal McGavock. The home stood at the heart of the Battle of Franklin, in which more than 9,500 soldiers were killed, wounded, captured, or counted as missing. The home served as the largest field hospital in town for wounded and dying soldiers.

The morning after the battle, the bodies of four Confederate generals killed in the fighting were laid on Carnton's back porch. The floors of the home are still stained with the blood of soldiers who were treated there.

Is it any wonder that remnants of the lives lost a century and a half ago still linger?

Jonnie's story

After my Edible Advertising business folded, I had to make a career decision. I had always been in human resources, worked closely with the state of Tennessee in policy and procedures, and I was on several committees, particularly Families First, in the early 1990s initiating a new program to help primarily women, single parents raising children. The state created the program to help them do away with welfare. The program was intended to assist people in need by providing training skills, education, and childcare so they could then transition into jobs where they could support themselves and their children.

I was still at Levi's when this program was being created and was on the original board for that program, hoping to transition a lot of these single parents to work at the company. I had been very much involved with this project, and I spent a lot of time in Nashville. When Levi's shut down, it appeared to be a good move for me to go to work for the state of Tennessee since I was familiar with several of the programs that were created new for the state. I didn't want to move to Nashville and I did not want to go back in Human Resources at the time, so I took a position in social work based in Knoxville. That led to a lot of meetings in Nashville, and I was often in Franklin, Tennessee.

At one of these meetings, I picked up a brochure in the hotel lobby for Carnton Plantation. For some reason I was attracted to that brochure—out of perhaps100 brochures, that one jumped out at me. Four of us friends had driven to state meetings from Maryville together, and I showed them the brochure and told them if we could get away from the meetings long enough, I wanted to visit the plantation while we were there.

We were able to get away long enough to go on the tour and hear the story about what happened during the Civil War, but it was a quick trip because we had to be back at work. So, I planned to return, and I made two more trips. The first one back was with my husband, Don, at a time when Carnton was trying to raise money to help support the house. A rummage sale was being held on the same road as Carnton, and we were told a lot of things that had been in storage from the plantation were being sold—furniture and other things. An old, black iron caught my attention. When I looked at that iron, I visualized a woman, very short, plump, black, wearing a white bonnet and large white apron, and she had this iron heating on a wood stove so she could iron clothes for the children. In my vision, I saw these children as being the children of John and Carrie McGavock, owners of the property at the time of the Civil War. I saw this vision for no apparent reason. I told my husband I had to buy this iron because I felt it had been used by a housekeeper at Carnton. When I asked about it, I was told that it was used by one of the maids there. There were several irons used in the mansion, and that one ended up in storage when they cleared out the home the first time.

My next visit was with my friend and coworker, Karen. We had attended a state meeting and stayed an extra day to go to the plantation. I had an EMF meter, a device that is said to measure the electromagnetic field and is often used in paranormal investigations to alert ghost hunters to the possibility of paranormal activity. The theory is that ghosts or entities require large amounts of energy to manifest or to interact with people and they draw that energy from the surroundings. I bought it as a joke because we had heard this was a haunted house. I had it in my purse, but I didn't think anything about it.

The story of what happened during and after the Battle of Franklin, which took place on Nov. 30, 1864, is so moving and emotional. When Mrs. McGavock walked out on her back porch that morning, she saw what was coming her way. She went into another role, not just as lady of the house but as nurse to these wounded and dying soldiers. We were in the room where they actually did the surgeries, which had been the bedroom of the youngest of the children. A table was set up for removing limbs, and they threw the body parts out the window. The surgeon would wear a rubber apron and as he operated, blood would run down and collect on the floor, which was so stained that nothing they did could get the blood out.

The last thing you see on the tour is a room where the lady of the house, Carrie McGavock, kept a log of all the soldiers who were killed at the Battle of Franklin. The book in which she recorded the names was in a glass case, visible for viewing. Karen and I were the last two people in the tour, and as I got close to the case, the EMF indicator started ringing and going off. I tried to hurry and get in my purse and turn the thing off. The tour guide came up and said, "You can stay a little while," and then added, "You're into the paranormal, aren't you?" I told him, "No, I just bought this EMF indicator as a joke," and he replied, "It must not be much of a joke since it just sounded. If you want to stay a few minutes with the book, I'm going to escort everyone else out and come back."

I turned the EMF indicator back on and it continued to sound. The guide returned and said he worked there during both day and night tours, there was a lot of paranormal activity, and occasionally the EMF indicators do sound. Then he asked if Karen and I would be interested in coming back for a night tour. I asked, "What can you see at night?" and he answered, "I haven't seen anything myself but I've heard the sounds. At certain times, you can hear the gallop of horses, the neighing of horses, and you can hear the thundering sounds."

We spent the whole day at Carnton walking around the beautiful gardens. It was important to Mr. McGavock that the gardens would go to his wife after he died. We saw lots of old flowers, shrubbery, and trees from the 1800s. The cemetery is also very interesting. It's a very moving place and certainly contains lots of magnetic energy.

Guides said the Union dead were taken to national cemeteries in Murfreesboro and Nashville, but the Confederates were buried where they fell. In spring 1866, John McGavock set aside two acres of land for

Confederate burials. The dead were disinterred and moved to the McGavock Cemetery, which contains the graves of 1,481 Confederate soldiers. Carrie McGavock recorded each name in a leather-bound book and visited the cemetery every day, carrying the book with her, until her death in 1905.

The EMF meter did not activate in the cemetery; the only place it sounded was near the book. The cemetery was very large. Some tombstones had names, some did not. This was a moving experience, almost as if I was being taken back in time and experiencing what was going on during those days, all the deaths. They said they had bodies piled up everywhere, and not only bodies, but also body parts.

Carnton was chosen as the site of a field hospital by Confederates before the battle began. The McGavock family witnessed five of the bloodiest hours of the Civil War. The wounded were at first laid on sofas and beds and then throughout the house until it could hold no more. Wounded and dead then filled the yard. When the battle ended, there were 9,500 casualties.

Mrs. McGavock used all the sheets, curtains, everything in the house as medical supplies for these soldiers. This wealthy family suddenly was confronted with the unimaginable. They had to adapt very quickly to what was happening, and Carrie McGavock adapted very well, doing everything she could to take care of these men.

The book, "Widow of the South" by Robert Hicks, is fiction but follows the same story as Carrie's. Nothing was ever the same after the Civil War. Carrie wore black from the time of the battle until the day she died. A very large painting of her hangs in the main living room. On one of the tours, led by a great-grandson, he said he remembers a family member saying they used to play basketball in the house and bounced it up against her picture. It's a very nice painting that seemed to withstand a lot of abuse. Many preservation efforts are going into preserving Carnton and the plantation.

This was the beginning of an interest in the paranormal. I had an EMF indicator able to measure an electromagnetic field that could not be seen. I found it fascinating that there was a device that could measure electromagnetic fields. With this equipment, if you are in an area where you are under power lines, that will cause it to activate. If you're in an area where nothing is there to trigger it, you're probably dealing with the paranormal. I carried an EMF indicator with me until my last one tore up in 2021. I haven't replaced it because I don't need it anymore. I know what's out there.

I showed some photos to the paranormal investigator who was a friend of Linda's. In a picture of me standing on the porch, he said, "Man, there's somebody staring you down. He does not like women, and he does not think you need to be anywhere around there." I could not feel that animosity while I was there. The investigator also said he had a sense of men being under the porch.

I spoke to people in the Franklin area, and they said it's still not unusual to find bones from Civil War soldiers after it rains. One of the things I thought of at that time was the hope that this nation would never again be divided like that, killing each other. Even today we are seeing the results of all those deaths. History is very, very important to study in order to realize what happened. We probably won't ever get all the true details, but we must remember the lost lives at that time and hope we never experience that again.

CHAPTER 8

SEDONA, ARIZONA

"Invisible things are the only realities." ~ Edgar Allan Poe

Paranormal activity seems to find Jonnie no matter where she goes. This time, on a trip out West, she learned about some strange phenomena at Sedona, Arizona, and decided to check it out. She talked with Native Americans, she had a dream that led to the founding of her business of creating beauty products from recipes revealed in the dream, and she sought out the energy of vortexes. According to visitsedona.com, "Vortex sites are enhanced energy locations that facilitate prayer, meditation, mind/body healing, and exploring your relationship with your soul and the divine."

After experiencing her own spiritual awakening in this beautiful place, Jonnie discovered quickly that there is more to Sedona than meets the eye.

Twisted juniper tree at a Sedona, Arizona, vortex.

Jonnie's story

After taking a job with the state of Tennessee and purchasing my new EMF indicator, I did some research on places with EMF fields and came across Sedona, Arizona. Naturally, I wanted to vacation there.

Our first time there, my husband and I were on a tight schedule. We stopped at Sedona to eat, and the waitress told us about the vortex in Sedona. It didn't make much sense to me. This was just a quick trip, and we continued on our way to the Grand Canyon.

On our second trip, we drove into Sedona and ate at that same restaurant, this time with our son. I was talking to the waitress and asked again, "Can you explain the vortex?" She said, "I'm going to give you the name of this Indian down the street," and she wrote something on a napkin and said, "Take this to him. You're here at an incredible time, the vortex is beginning. A lot of scientists are up there trying to measure what happens, but take this napkin and the Indian will tell you what to do." My husband and son were rolling their eyes, but they drove me to that location.

After meeting the Indian, he said, "The vortex will be happening within an hour, so you're at the perfect time. You will see what happens to nature when a natural vortex is transitioning to earth, you will feel it, and it will be very difficult for you to explain." He warned me to take out my contact lenses. In the back of my mind, I thought, I'm not taking them out!

He said, "As you go up this path, which is marked, you're going to see several twisted juniper trees like you've never seen before. They are twisted because the vortex caused it to happen." I returned to the car and told Don and our son, "We need to go now. We will find a twisted juniper tree and stay there awhile and see what happens."

We found other vehicles there, people with monitors, machines, etc. We didn't talk to anybody; we just went on up to the twisted tree. We could see for miles, a spectacular view. The Indian had said to get as close to the twisted trees as we could.

We stood there ten or fifteen minutes. A person next to us had all sorts of equipment, and we asked him what we would be experiencing. He said the vortex happens when certain planets line up, and it was supposed to be an unbelievable feeling. He had not experienced this before, but he hoped to that day. He said it had been predicted by Indians and others.

About the time Don said, "We've been here long enough, it's time to go," the sky turned many beautiful colors. The wind picked up and it was almost as if you were in the center of this circular, swirling wind, like you were going somewhere else, but something was holding us to the ground, or else we would have gone into another dimension. The sensation went on several minutes. The wind was blowing, and there was a tremendous amount of pressure all around us. It disappeared as quickly as it hit. All of us were totally speechless. The man beside us was speechless, too, even though he was a scientist and was supposed to know how it felt.

I was told this is similar to what happens in the Bermuda Triangle, where ships and aircraft and the people on them have disappeared and never been found. I was also told that if you weren't grounded during a vortex, it is believed you would disappear into another dimension like it is suspected to occur in the Bermuda Triangle.

Our son was scared to death after this experience. I said, "I have to go back to that Indian." I had many questions for this man. He told me I was fortunate to be at the right place at the right time. He had never lived in Sedona because he felt it was a sacred place. He gave me a CD with an explanation about what a vortex is—an electrical energy field— plus other information.

Sedona had been just a stop on our way to the Grand Canyon, so we stopped at a motel before going to the Grand Canyon the next day. I removed my contact lenses, holding one at a time with the basket open. The lens jumped from my finger into its basket. We amused ourselves with that for a while. A year later, I still wore those same contact lenses and was seeing just fine, even though they are supposed to be replaced every month. When I went to my eye doctor for my next exam, he said, "Did you get mad at me? Who did you see for new contacts?" I told him about Sedona and that people said if you experienced a vortex, you would have healing and more energy. My husband had been diagnosed with lymphoma and was doing chemotherapy at the time we experienced the vortex, but now his cancer was in remission.

The doctor wanted all the information. He went to Sedona two years in a row, but he was never there at a time when the vortex was happening. He passed away before he could go a third year.

CHAPTER 9

THE GRAND CANYON

"Ghosts are all around us. Look for them, and you will find them." ~ Ruskin Bond

Evening mist and fog give me an uneasy feeling, at best. The coolness of the vapor, like a ghostly hand caressing my arms, and the way the wispy fingers shimmy across the road in the glow of headlights as I'm driving at night remind me of living things—or should I say, ghostly things?

Sometimes the mist is invisible to the naked eye and shows up only in photographs. This happened to an elderly friend of mine years ago in Townsend, Tennessee, where she and her husband were working as extras in a movie being filmed there. She told me after finishing work that night, someone took a photo of them dressed in their early 20th-century garb. Only after the film was developed did they see a thick, blackish fog surrounding them in the cool evening air, looking like smoke from a dense fire.

And then, there are coincidences. They happen seemingly by chance, but does anything "simply happen"?

Yes, there is more to this world than meets the eye.

Jonnie has experienced events like these and more ... Here is her story of mist, dreams of a new business, and a glass bridge.

Jonnie's story

In the spring of 2007, my husband's company closed and moved the business to Mexico. We had already booked a vacation to the Grand Canyon along with a train ride on the Grand Canyon Railway long before that, and we decided not to let his job loss stop us from our vacation. We reserved a rental car from the Phoenix, Arizona, airport and started our journey to the Grand Canyon Depot in Williams, Arizona. We spent the night at the Depot Hotel and boarded the train the next morning to the Grand Canyon. We ate lunch at the El Tovar Hotel, a place of interest to me. Albert Einstein, several presidents, Zane Grey, Paul McCartney, Oprah Winfrey and many other well-known people had visited the hotel.

Having lunch was great, but I wanted more than lunch. I touched the beautiful native stone walls, and I felt as though a magnetic charge went through my body. I could see the rim of the canyon from the hotel, and this seemed a little scary to walk out of the hotel and be right at the rim. If you were a sleepwalker, you could walk out and easily fall into the chasm below.

After finishing lunch in the elegant old hotel, my husband suggested this would be a beautiful setting at Christmas with snow, lights, and Christmas trees. What a great Christmas present! We booked rooms for the holiday and decided this would be the best Christmas ever.

During the two-hour train ride from the Grand Canyon back to Williams, we met a couple that lived in Bagdad, Arizona. We learned they worked at a company with great compensation, and their housing and transportation were furnished. Bagdad is a town known for the mining of gold, silver, copper, and other precious metals. The company needed employees in every department and for every shift.

The next day we visited Bagdad, and my husband was hired and started work after our vacation. Our plan was for me to continue working in Tennessee until we knew if we really wanted to make the transition to Arizona. Our son lived in California, so it seemed like a good plan for all of us to eventually live out West.

My husband would work four days and be off seven. Direct flights between Knoxville and Las Vegas on Allegiant were priced so that we traveled every other week to visit. I would take a tour bus out of Vegas to Williams, Arizona, where my husband met me. These tour buses came very close to Roswell, New Mexico, at Area 51, the highly classified United States Air Force facility that has been the subject of many conspiracy theories and UFO folklore, and we would see planes landing and taking off. The driver of the tour bus told me many stories of paranormal and extraterrestrial sightings, and although I never saw anything unusual around Area 51, there was a strange feeling while being near the area and a feeling of relief when we cleared it. The company my husband worked for was also very strange, very isolated. The company had its own store, swimming pools, riding stables, and houses—and many ghost stories.

Arizona harbors a number of secrets and deaths from mining, heavy equipment accidents, and Grand Canyon falls. Indians have many beliefs surrounding their Sun God and Kachina dolls. I was given a pair of Kachina dolls by a Hopi Indian for protection from the evil spirits in the area. According to the Hopi Indians, these dolls represent a type of worship through supernatural beings who bring protection, rain, and health to the Hopi people. Several different tribes of Indians live in the area, some friendly and some not so friendly.

December came, and we were ecstatic about spending Christmas at the El Tovar Hotel on the South Rim of the canyon. We met the family at the Phoenix Airport and rented a four-wheel drive SUV. Snow was expected, so it appeared we would have that beautiful white Christmas I envisioned. The snow was falling when we arrived.

After checking in and finishing our meal, we retired to our rooms. Around midnight, I heard my son's door open. I joined him, and we went outside across the road from the restaurant for him to smoke. I had my film camera with me and was thrilled to see three deer facing the rim of the canyon. The hotel is less than 20 feet from the rim.

The light snow stopped, and the night was clear with the moon and stars fully visible. I raised the camera to get a picture of the deer, but there appeared to be a cloud of smoke obscuring them. I asked my son to stop smoking long enough for me to get the picture. He said, "I'm not smoking, and I don't know where this mist or cloud came from that is in front of us." The deer seemed terrified as the fog engulfed them and us. My son continued to take pictures with his cellphone. We could no longer see the deer that ran in fear away from the fog, which went past us and disappeared as it moved over the rim of the canyon.

As we walked back into the hotel past the desk clerk, he asked, "What did you see out there? You both look like you've seen a ghost." We told him what we saw, and he said, "You are not the first to see the misty fog. Did you take pictures?" When I got home and had the film developed, we saw not only the fog but old cars in front of the hotel— but there were no cars there that night as parking was prohibited. We also saw the silhouette of a man's face. We will never know what it was, but we've got the pictures that can't be explained. The night clerk also told us that a week prior to our arrival, a night shift employee walked to the edge of the canyon and was found the next day, dead at the bottom of the canyon.

I have always thought that mist held the ghost of the employee who had fallen off the cliff, haunting the place where he had met his untimely death.

A figure of Kokepelli is pictured at left with Kachina dolls.

KOKOPELLI

This is very important, as this trip changed my life.

While traveling in the West around 2008, we stopped at one of the Grand Canyon Indian reservations. I saw a sign that read "Kokopelli," so we stopped at the reservation where a chief was out in front of a tepee. I asked him what the sign meant, and he said, "You really don't know?" I said, "No, I don't have a clue."

He gave me a ceramic object that looked somewhat like a little Indian about five inches tall with a hunched back, painted a light, turquoise blue, and holding a flute. He said, "This is a gift to you.

Kokopelli will lead you to your next journey, to a place you need to go." The chief said he is a person who folklore says came to the Indians with a backpack in which he brought gifts such as food and blankets to Indian tribes in need of these items. At the same time, he was said to be a fertility being because of his interactions with the women in the different tribes. So, there are two sides of Kokopelli, one being the sexual, reproductive side bringing fertility and good luck, and the other side as the benevolent being who brings food and blankets to those in need. He was very well-known and loved by the western Indian tribes.

The Indian chief said Kokopelli had the ability to lead people into business ventures. I accepted this ceramic gift from the Indian chief, who said, "He will lead you where you need to go in life." I thanked him for this deep spiritual conversation, a conversation about someone that was both magical and real to western Indian tribes.

My next stop on the journey was spending the night in Sedona, Arizona, where I had some interesting dreams that seemed very real, dreams of a new journey for me.

Kokopelli was telling me in the dream how to make a more organic soap. He relayed formulas for a line of products: perfumes, soaps, powders, lotions, creams using some of the ancient secrets from the western Indians. In the dream, I was told I would receive the formulas when I started the business. I was to follow this dream through faith. The products would be produced from the earth and would be good for hair and skin, not only healthy but promoting a glowing, youthful beauty even into a person's aging body. I awoke from the dream and started writing down the vision I had seen. I quickly recorded all that I could remember.

After returning home from this trip, I contacted an attorney and formed a corporation, Self-Propelled Foundation Inc. Under this corporation would be the products seen in the dream—soaps, perfumes, powders, body creams, salves. I developed this line of products as I dreamed each night about formulas and sources I would need to make them. The arrowroot powders come from the same reservation that gave me the Kokopelli story and are used for food, body lotion, medical products, and cookies for toddlers. Indians have used arrowroot for centuries. The salve formula came from my great-grandmother. This formula has been in my family for over 200 years and was used for burns, as an antibiotic, for pain relief, to relieve dry skin, and this sounds odd, but they used it in their noses to kill airborne germs such as tuberculosis. My mother even found the original black cast iron Dutch oven that had been used for generations to make the salve.

My products are sold at craft shows and in the commissary at Rugby, Tennessee. The products and shows became very successful, and the profits are used to benefit children in need.

THE GRAND CANYON SKYWALK

As soon as I learned of the Grand Canyon Skywalk in 2007, I wanted to be one of the first to walk the glass, horseshoe-shaped bridge at the west end of the Grand Canyon at an elevation of 4,770 feet. My husband and I made our reservations and drove to the location to meet the tour guide that would drive us up the mountain to reach the bridge.

We were told the Hualapai Indian Reservation owned the bridge. The Hualapai Reservation was at the west end and the Navajo Nation at the east end of the Grand Canyon. Many of the Indians did not want the bridge to be completed and could be hostile to anyone wandering away from the designated tourist area. We were told these Indians see tourists as intruders disturbing sacred ground.

It was a very rough ride to the top of the mountain in a four-wheel drive vehicle, and I felt like I had been on the Scrambler ride at a fair. An Indian chief met us and reminded us not to wander out of the designated area, as we could disappear and never be found.

Our Tennessee governor at the time, Phil Bredesen, had given me a Tennessee state flag to take out on the bridge when we walked out there so we could have a picture for the Tennessee newspapers. The bridge had only been open a few days, and we were the first from Tennessee to walk it. We were required to remove our shoes and put on a soft foot covering. The size of the glass tiles we walked on was approximately 23 inches square with a space between them to make it appear as if we were walking on air. I must say it was not only a breathtaking experience but a little scary. The canyon seemed to exert a magnetic pull to the edge of the rim, enticing you to look over.

Upon arriving at the center point of the horseshoe-shaped glass bridge, I looked straight ahead and then down, and I saw an image of a man who had worked in my office that didn't come to work one day. He lived within five minutes of our office, and a coworker found his front door unlocked, went in to check on him, and found him dead. I didn't know the man, as I had only been transferred to the office and worked for a few days when this happened. His death was ruled as a death from natural causes. I don't know what his connection to the Grand Canyon was, but I couldn't move.

The second image I saw was the bridge falling, not while I was on it but years later when they allowed too many people to be on it at the same time. Heat and cold would cause unforeseen damage. I felt as though I was in a state of shock. It took a few minutes for me to regain my strength and composure to continue the walk to the end of the bridge.

CHAPTER 10

ALCATRAZ

"One need not be a chamber to be haunted. One need not be a house. The brain has corridors surpassing material place." ~ Emily Dickenson

Alcatraz, formerly a maximum-security federal penitentiary located on Alcatraz Island in San Francisco Bay off the California coast, was designated as a residence for military offenders in 1861. The U.S. Army transferred control of the prison to the civilian Department of Justice in 1933, and from 1934 to 1963, Alcatraz served as a federal prison for some of the most dangerous convicts in the American penitentiary system. Among these were Al Capone, George "Machine Gun" Kelly, and Robert Stroud, also known as The Birdman of Alcatraz.

Escape attempts were rare, but in 1946, a violent escape attempt later known as "The Battle of Alcatraz" took place. Order was restored only after U.S. Marines intervened. A few inmates did manage to escape from the island; whether they survived the currents of the bay is unknown. In 1962, three other inmates attempted an escape. Their survival is also unknown.

Jonnie visited Alcatraz. It was not a pleasant experience, as she will tell you in her story.

Jonnie's story

Where is the darkest and most sinister place that I have visited? Alcatraz wins that designation. It is worse than Brushy Mountain State Penitentiary in Petros, Tennessee, because from the minute I got on the ferry in San Francisco and looked over the water to the facility, I began to feel the evil that engulfs the island, called "The Rock." I didn't feel the same evil when I visited Brushy Mountain.

Alcatraz is different from any place I've been. Maybe it's due to the isolation of the prison, built on a rock in the water, and the cold wind that is always blowing over the water through the facility—or maybe it's a magnetic field of pure evil from the past. I was told the prisoners could see the lights of the city, and on windy nights, they could hear the music from the parties in San Francisco as the inmates suffered endlessly.

This wasn't a place on my bucket list that I planned to see, but I did want to visit San Francisco and the wine country and taste the wine from the vineyards. While my son was living in Los Angeles, he thought it would be a good Christmas present for us to drive his new convertible over the Golden Gate Bridge and spend a few days in San Francisco. We talked about Alcatraz and called to see if we could get tickets and were told there was a six-month waiting list. A television series about the place had increased interest and tickets were limited. The hotel where we stayed had made reservations for our wine country tasting, and we expressed our disappointment at finding no available opening to take the ferry to Alcatraz.

An hour after checking in, we received a phone call from the hotel manager telling us two guests had cancelled their reservations at the hotel and cancelled their Alcatraz tour. I was excited and never thought about negativity, evil, or paranormal. Little did I know I would be entering a place of horror, death, torture, and very notable paranormal events.

We were scheduled to take the first ferry out the next morning and planned on staying long enough for a quick tour, then back on the ferry and on to wine country. It didn't happen that way. We were on the first ferry boat to arrive and the last to leave and had to reschedule our wine-tasting reservations for the next day.

The family that sat next to us on the ferry was related to a guard from the prison. The man had passed on and the grandchildren wanted to see the place where he worked all those years. Could it be as bad as he indicated it to be? Jolene Babyak, daughter of one of the last wardens to work at the facility, was also on the ferry. She was promoting a book about her stay on Alcatraz Island as a child and the great escape in 1962.

The closer we got to the island, the more John and I felt an overwhelming gloom and a rush of uncertainty about stepping off the ferry boat and onto The Rock. As we exited the boat, we were met by a guide. "Stay with me," he said. "After the tour you can stay until you are ready to leave, or until the last ferry leaves."

Our first stop was a very large room filled with around twenty-five showers with no curtains. The guide said, "Can you imagine showering naked in this big room?" He painted a vivid picture for our minds to comprehend as we stood in the room, freezing with all our clothes on. We found out later from the warden's daughter that the rapes and murders outnumbered the pneumonia deaths. That room projected a feeling of overwhelming evil.

The next stop was the kitchen and mess hall, or dining room, and this room didn't feel much better. Here were visions of stabbings, strangulation, dislodged eyeballs, and dismembered limbs, per our guide. Then we proceeded to the room where prisoners could get a shave. You could clearly see the blood stains on the walls as the guide told of incidents where the razor was taken by prisoners and used to cut throats. This place was an island of horrors with the worst still to come.

Next on our tour was a huge room and a hallway leading to an elevated area that housed guns and ammunition. The security procedures involved numerous guards and keys, with 24-hour surveillance to maintain and protect the weapons. It was obvious by looking around the room the guards were not successful in protecting the weapons. Bullet holes riddled the walls all the way to the ceiling and red blood stains appeared around the room. The escape attempt in 1946 was a very sophisticated plan as to how the prisoners worked together to overpower the guards and take the weapons. What happened afterward was a blood bath, leaving two federal guards and three prisoners dead and fourteen officers severely injured before the prison warden was successful in retaking control of the prison. This room seemed to be flooded with lingering feelings of fear, anxiety, and the scent of death. I wanted to leave there and never return.

Our next stop was to tour the actual prison cells used to house the inmates. A chill ran through my body as we turned into the hall leading to the prison cells. It was two stories tall, and we were told there were 336 main cells and 42 solitary confinement cells. Death by murder, suicides, and a few natural causes took many of the prisoners' lives. The island had its own morgue, but we were told autopsies were never performed.

The cells appeared to be around five feet by eight feet and contained a small sink with cold water, a toilet, and a small sleeping cot. Prisoners had to endure cold most of the time as the cold wind from the water blew through the long hallway between the two rows of cells. We opened the old, rusted jail cell doors and went in the cells to make photographs behind the bars—and yes, this was a very creepy feeling.

Cell 138 is one I will never forget. Cell 138 is the cell I entered to have my photograph made. It was so very small and beneath the sink was the hole that Frank Morris, one of the three men who escaped Alcatraz in 1962 and has never been found, dug out. We were told he went through a ventilation system that led into a utility corridor and finally to the roof. I made several pictures around the area and in the hallway that was past the cell and felt some type of spirit was present. I made a few pictures of the cells and more pictures of the dark hallway that was off limits to our tour.

As the rest of the group moved on, and I was the last one, something seemed to draw me to the hallway that was off limits next to cell 138. I crossed over the line into the hallway to get more pictures of the off-limits area. A strong, invisible presence seemed to draw me to the area where I wasn't allowed to go. I saw nothing unusual, but I had this strong intuition that those men didn't escape, that something else happened during the attempt. It was as if their souls were trying to communicate that they were still there.

I caught up with the rest of the group before anyone found out where I had been, and my son asked if I saw anything unusual. I had to answer, "No, I saw nothing abnormal, but I felt the presence of something I could not explain that was different from the other areas."

From there, our next stop was the warden's office. The view was great from the office as it faced the city of San Francisco with a good view of the surrounding water. I made several pictures here. This space had a strong feeling of negative energy, a very uncomfortable feeling. One could only imagine all the activity and decisions made here. This is the office that determined the amount of security needed to protect the family members living on the island and to prevent an escape by the prisoners.

The prison was armed with a watch tower, machine guns, shotguns, pistols and gas equipment. This was the nation's most escape-proof prison. The prison had a payroll of around sixty guards. The patrol dogs played a big role in security. So how was an escape possible?

It was fortunate for me that the associate warden's daughter, Jolene Babyak, was on the island promoting her book, "Breaking the Rock," so my next stop was to find her in the gift shop and hear what she had to say about this island of many secrets. Arthur M. Dollison, associate warden and father of Jolene Babyak, had been on his new job for eight months when the great escape happened. On June 12, 1962, Dollison was acting warden due to Warden Olin G. Blackwell taking a two-week vacation. Jolene was fifteen years old when her father got the phone call of three escapees from the prison. Her words to me were, "First thing I thought was, I don't have to go to school, and the second thing is, this place will be shut down." She emphasized the fact that no significant evidence was found on land of the escapees. Escapees need food, water, transportation, and money. No robberies, missing boats, stolen cars, or verifiable sightings were reported. No proof of them contacting anyone. The three that escaped didn't have personality characteristics that would allow them to blend well with society.

We spent a long time talking to her. It appeared from our conversation that many people wanted this facility to close for many different reasons, and this escape was reasonable cause to close Alcatraz. I purchased her book but have not had time to read it. I felt the information she talked to us about was much more valuable than what she wrote in her book. As I walked around the grounds, it appeared to me to be impossible to escape.

After returning to the hotel, exhausted, John went to bed, and I looked through the pictures I made with my phone. As I came to the pictures of cell 138, the cell Frank Morris used for the escape and the hallway that was off limits, I saw pictures of orbs floating around the room and in the dark hallway and a man's ghostly appearance, just a man's head and no body. The head looked familiar. I didn't remember what the escapees looked like, so I looked up their pictures—and the ghost picture on my phone appeared to be that of Frank Morris. I dropped the phone and screamed, waking John up. He agreed that the picture appeared to be an apparition that looked like Frank Morris. We continued to look through the pictures, and to our surprise, many orbs appeared in those from the warden's office.

On March 21, 1963, Alcatraz closed. The press release and statements made by the government emphasized that Alcatraz was not closed due to the escape but because the institution was too expensive to continue operating. This is the government's side of the story.

I've got my own opinion of what happened to those three escapees and why they have never been found. Ghosts don't lie.

CHAPTER 11

HOT SPRINGS, NORTH CAROLINA

"Beyond the veil lies what our eyes cannot see. Beyond the veil lies what our skin cannot feel. Beyond the veil lies what our consciousness cannot absorb." ~ Michael Bassey Johnson, *The Oneironaut's Diary*

Sometimes we are led to certain locations at certain times simply by intuition. It's as if a magnetic force takes hold of our subconscious and shows us what we have been trying to find.

I've had that experience, especially in the process of genealogical research. One time stands out in particular. A friend, also a cousin by marriage, and I went to a local cemetery searching for the grave marker of a distant family member to photograph to add to our files. We walked the cemetery over with no luck. Back at the parking lot, we stood for a few minutes talking about our next steps when I was impressed to look down. The grave marker we had been so diligently seeking was at my feet.

Jonnie's experience at Hot Springs, North Carolina., was similar. Her story, written by me, appeared in the Feb. 5, 2017, edition of The Daily Times, now in Alcoa, Tennessee, and is reproduced with the permission of the publisher, Bryan Sandmeier.

Rock on: Paint Rock in NC best-known example of Native American art in state

The Daily Times, Maryville, Tennessee, Feb. 5, 2017

By Linda Braden Albert

A recent trip to Hot Springs, North Carolina, revealed a piece of history and perhaps a part of the family heritage of a Blount County woman.

Jonnie Odom has been visiting Hot Springs for more than 25 years, drawn to the small town's hot mineral springs for which it's named. She has been intrigued by stories she's heard about Paint Rock, recognized to be North Carolina's best-known example of an American Indian pictograph, and although she had tried to find the site to view it for herself, she had never been successful.

In mid-January, however, Odom was at the right place, at the right time, to see the 5,000-year-old pictographs.

"I had been looking for this for over 20 years and had given up on it," she said. "If you don't know where to look and if the lighting is not right, you can't see it."

Rock art

A marker just south of the town of Hot Springs, in Madison County, North Carolina, at the intersection of US Highway 25/70 and River Road gives information on Paint Rock, with the directions to travel on the River Road, which runs alongside the French Broad River, for 5 1/2 miles to the actual location of the rock. The rock art panel is about 30 feet high, with alternating red and yellow rectilinear lines painted against the vertical cliff face.

Mentions of the rock art are made in the 1799 diary kept by John Strother during his survey of the North Carolina-Tennessee boundary line, and during a visit to the area in 1796, botanist Andre Michaux mentioned a "red-painted rock."

According to NCpedi at www.ncpedia.org/paint-rock (used by permission), "The area has long been recognized for the painted murals, making it a local landmark with a rich historic legacy. The pictograph was incurring damage even during Strother's time, due to campfires and weathering. Hurricanes in 2004 brought opportunity when relief funds supported archeological projects, including the formal recording of the North Carolina bi-chrome panel at Paint Rock. The National Forests in North Carolina contracted with rock art specialist Jannie Loubser to document the panel, including assessment of condition, pigment dating and analyses, assessment of prehistoric context and significance, and determination of appropriate conservation and management actions. The 2006 examination of Paint Rock included mapping, photography, tracing and the collection of three pigmented rock samples, which were used to determine the age of the pictograph and the origin of the pigments."

Testing indicates that the pictographs were created during the Archaic Period, about 5,000 years ago. The pigments were found to be of superior quality and complex design, and the ingredients were definitely local. The meaning of the drawings has been lost, but the supposition is that the art was created by the Indians, who made rock art sites as stopping points on their way to the hot springs—believed to possess healing powers—as places for prayer and contemplation on their pilgrimage to the springs.

Personal connection

She found another connection to Paint Rock, more personal: Her ancestors, Cherokee from the Buncombe County area of North Carolina, likely were very familiar with the Paint Rock. Buncombe adjoins Madison County, and the River Road was a stagecoach route called the

Buncombe Turnpike, constructed in the early 1800s. Odom found the connection only after viewing Paint Rock, and on a whim, picked up a family history created by her sister several years ago. Her fourth-great-grandfather, John Jackson Kirkland, was born in Buncombe County in 1782.

"He was from that very area," Odom said. "His father, Nathan Kirkland, was born in 1750 and died in 1851. He was a Cherokee Indian chief. That's as far back as we can go, but that's where they're from. I just find it very unusual because I'd never noticed it before."

Odom's ancestry also includes Mary Sue Kirkland, daughter of John Jackson Kirkland, born in Buncombe County in 1810 and married John Hardin; their daughter, Sarah Caroline Hardin, married Warren Gray; their daughter, Mary Adaline Gray married John Anderson Hodge, also born in North Carolina. The family moved to Monroe County, Tennessee, where Odom's grandfather, John Harrison Hodge, was born in 1871.

All this gives a new perspective to Odom. She said, "When I go back to Hot Springs, I will have a whole different concept now."

CHAPTER 12

DEER LODGE, TENNESSEE

"Seeing is not believing when it comes to psychic phenomena. To see, one must first believe. It truly is that simple." ~ Anthon St. Maarten

The connection between Historic Rugby, Tennessee, located on Tennessee's Cumberland Plateau, and nearby Deer Lodge, Tennessee, became evident to Jonnie Odom when she began researching Brian Stagg, a young man from Deer Lodge who was prominent in the restoration efforts of Rugby. Deer Lodge is a small, unincorporated community in Morgan County, Tennessee, founded after Rugby businessman, Abner Ross, decided to start his own town.

Brian Stagg's interest in Rugby was ignited in the mid-1960s. His dream was the permanent restoration and preservation of the entire village, founded by British author, social reformer, and statesman Thomas Hughes in the 1870s as a "class-free, agrarian community based on cooperative enterprise, cultural opportunity, religious freedom, and strict temperance" ("Images of America: Historic Rugby" by Barbara Stagg, former executive director of Historic Rugby and sister of Brian Stagg). The utopian dream of Thomas Hughes was unsuccessful, but some of the residents who remained from the 1920s to the 1960s wanted to preserve Rugby's legacy and history.

Brian Stagg and others founded Rugby Restoration Association in 1966, and in 1972, the village of Historic Rugby was listed on the National Register of Historic Places. Preservation efforts are ongoing under the direction of the nonprofit Historic Rugby. For information, visit historicrugby.org.

As for Jonnie, she found much more than she anticipated while researching the young man she had developed an otherworldly kinship with. Read on to find out more.

Jonnie's story

What led me to Deer Lodge? A person named Brian Stagg.

On my first visit to Rugby, I was introduced to Brian through a video presentation shown in the Rugby Visitor Centre and Theatre. Brian was a handsome young man who was instrumental in preserving the history and heritage of the village of Rugby. The inn, buildings, and library needed restoration. At age sixteen, he cataloged more than 2,000 books and obtained grants to restore the aging buildings. Brian was the founder of the Rugby Restoration Association in 1966. What was the driving force behind the energized, sixteen-year-old young man?

Brian lived in one of the oldest homes in Rugby named Roslyn. From the information given to me by people who knew him, he and some of his friends had many paranormal encounters with past spirits that had lived in the house and in Rugby. I was told he categorized all the library books in just a matter of weeks with information given to him by one of the spirits that was a previous librarian. He was selective as to the people he shared this information with.

He wrote two books, one about Rugby and one about Deer Lodge. To my knowledge, he never wrote any books about his paranormal encounters, but according to some witnesses, he had many notes and documents that were destroyed after his untimely death at age thirty.

I wanted to learn more about Brian, but Brian had secrets that he took to his grave. Barbara Stagg, Brian's sister, continued with the preservation of Rugby after his death and upon meeting her, I learned that Brian was not buried in Rugby but at Deer Lodge. This seemed like a town that was hidden. It wasn't on the first maps I searched.

My husband, Don, and I decided we wanted to purchase land or a house in Rugby and discovered that Barbara Stagg had decided to sell Roslyn. We made an appointment and spent an afternoon touring the house and had to sign a paper acknowledging possible past paranormal activity.

What transpired with my husband that afternoon was anything but normal. We toured the house, and he went to the basement with Barbara's husband and was gone a long time. He came back upstairs, looking as if possessed. He wanted to spend the night, and I had a very hard time convincing him we were leaving.

We loved the house and decided to purchase it the following week. I was a little concerned with my husband's obsession but wanted to move on with the purchase. On the way home, I asked him what he saw or experienced downstairs. He explained that on the walls there was moisture, drops of liquid that looked like blood. The following week he became very sick.

The doctor diagnosed it to be a rare fungus that attacked his lungs. It was going to be a long recovery. It appeared to have come from the basement of Roslyn. I called Barbara to see what was in the basement, and she explained it was the original rock that possibly was imported from England, adding that sometimes it did drip with a dark liquid. Don and I decided that as badly as we wanted this house, we needed to pass on purchasing it. The paranormal either welcomes you or shows you signs it is not meant to be. This was a sign of not being meant to be.

The house was sold to a couple of men who have done many renovations. I'm sure they have their own stories that maybe someday they will tell. I feel it was meant for them to be caretakers of Roslyn. My wish is that someday they will open a bed and breakfast and I will be their first guest.

Not too long after the decision to pass on the purchase of Roslyn, I found Deer Lodge. I had a dream of an old, one-armed rusted gate, and past that gate, streams of water on the right and left of the dirt road with butterflies and hummingbirds all around. While looking for Brian's grave in Deer Lodge, I came upon the gate that was in my dream. I climbed under it and found two streams with butterflies and hummingbirds. It was so beautiful and isolated—and the property was for sale. Within a week, we purchased the five acres and started building a small cabin to be used as a retreat. We cleared land at the top of the mountain.

One October evening at dusk, Don and I were sitting on the porch and saw an unusual sight coming toward the cabin just above the trees. No clouds were in the sky, but we saw the form of a dragon that disappeared over the cabin. I snapped a picture of it, and it looked even scarier on camera close up.

Before we went to bed, we set a sensor at the door to warn us of anything that came close by. The sensor, which was a large Halloween decoration shaped like a tombstone that activated when motion was detected, went off at three a.m. We could not get it to turn off and ended up taking the batteries out.

I went with Don to pay a local Deer Lodge resident for work on our property, and as I sat in the truck, my EMF indicator in my purse sounded an alarm. Was there paranormal activity around me? I had been in that same location several times before with no activity. I got out of the truck with the indicator and walked around, and it stopped as I walked away from the house. My husband came over to me and asked why I was walking around the man's property without permission. I apologized to the man and told him what I was doing. I was sure he had no idea about paranormal activities or EMF indicators.

He looked very troubled and told me that both he and his wife had seen shadow people the night before, and now this EMF indicator confirmed they were not crazy. He told me this was not the first time they had seen them, and they were planning on moving within the month. I didn't have any idea what shadow people were, but they obviously triggered an EMF response. The man and his wife moved, and I've not been back to the home.

I discovered later that "shadow people" are dark, shadow-like entities with human form and appear as silhouettes, often completely black or extremely dark. Have you ever "almost" seen a figure that goes in and out of your peripheral vision at night? This could possibly be a shadow person. Most who report seeing them have a feeling of fear, dread, and negative energy.

Several people have reported feeling they moved into another dimension while driving on Old Deer Lodge Road. They say time stood still, or the paved road became a dirt road. The Weidemann Hotel, built in the late 1800s, was renovated and houses the Deer Lodge Historical Society, is maintained by Susie Kreis. Susie and her daughter, Carla, have devoted much of their time to the preservation of the hotel, which is open to the public for special events and fundraisers. I have spent several nights in the hotel, and I felt the presence of spirits. The museum, located upstairs, has several very old items with at least one that registers very high on the EMF indicator.

Deer Lodge Congregational Church, also built in the late 1800s, houses an original organ and several other items. During some research, I found that my great-grandfather's brother was instrumental in building the church. Is this why I felt led so strongly to this church?

Now about Brian Staggs' grave. After much searching and being told it was in one cemetery, I did not locate it. Linda Albert was with me at the time and, as we walked over the cemetery, she said, "Brian is not here. I feel that we should drive down the road and look for him in another cemetery." We did, and there we easily found Brian's tombstone. We know he is not there, but we paid our respects for all he did and who he was.

CHAPTER 13

BILTMORE HOUSE, ASHEVILLE, NORTH CAROLINA

"All houses are haunted. All persons are haunted. Throngs of spirits follow us everywhere. We are never alone." ~ Barney Sarecky

One of Jonnie's favorite places to visit for special occasions, such as Christmas or a birthday get-away, is Biltmore Estate in Asheville, North Carolina. She has been visiting the historic house museum and tourist attraction since 1973.

The Biltmore mansion was built for George Washington Vanderbilt II between 1889 and 1895 and is said to be the largest privately owned house in the United States. Vanderbilt's descendants still own the property. Biltmore House opened to the public as a house museum in 1956. Accommodations are available on the estate, which also offers beautifully landscaped gardens, a winery, dining options, shopping and more. For information, visit www.biltmore.com.

Perhaps when you visit, like Jonnie, you will be greeted by a very special host.

Jonnie's story

It was June 16, 1973, and it was a beautiful day for traveling. New bell-bottom jeans were packed along with new shoes to match my new polyester blouse. This Saturday morning was special, our first wedding anniversary.

Sunday, June 17, was Father's Day. I had missed the weekend trips with Mom and Dad and wanted to travel somewhere special, magical, and enchanting that was within a few hours' drive. What would be more enchanting than a 250-room house built in the 1800s sitting on thousands of acres of beautiful forest land? We all decided Biltmore in North Carolina was calling our names.

I didn't know very much about Biltmore. Pictures were impressive, and I had read that the wealthy man who built Biltmore died young, living only a few years after the completion of the house. It was later opened to the public to help raise money to support the upkeep of the house and pay the taxes.

A few hotels were in Asheville within a couple of miles of Biltmore, and we booked the closest one to the Biltmore Estate. Very few restaurants were nearby at that time. I don't think Biltmore had a restaurant, but they did have dairy cows, and the ice cream was supposed to be the best.

My dad and Don were interested in checking out the herd of cows and the fishing streams that were well-stocked with different types of fish, including trout. It appeared this place had something to offer all of us. I had no way of knowing the spirits of Biltmore would be summoning me back for the next 50 years. Never underestimate the power of the past, because just like people, objects and houses have stories.

The trip to North Carolina took us about three hours from Blount County through some beautiful mountains. My dad and I were in the front seat because he liked to drive, and no one wants to deal with me getting motion sickness going around mountain curves.

How spooky are tunnels? A 750-foot tunnel built through a mountain in the 1920s was a very controversial project. I remembered my grandfather talking about the tunnel and how the Democrats in North Carolina did everything they could to stop it. They thought the mountain should remain as God made it, and some politicians thought the cost was too much. Catastrophe did haunt the project when it was about halfway completed and caved in, burying equipment and vehicles. Less than two months after the completion of Beaucatcher Tunnel, "The Great Depression" had begun. No one knew at the time, but the timetable was if it had not been completed when it was, it probably would not exist today.

People blow the car horn to hear and feel the echo of waves while driving through the tunnel. I feel so much more, the blood, sweat and tears of those workers with the drills, hammers, and hard hats. The heat, the cold, the dirt, blasting and long days of backbreaking labor. What a luxury for us to drive through such a magnificent structure of mountain, granite, and stones.

The Lodge Gate House entry is the first point of interest we passed through to reach the Biltmore Forest and grounds leading to Biltmore Estate Mansion, a very large structure that reminded me of what a forest lighthouse might look like. It appeared to be three stories tall with lights and a large chimney at the top made with beautiful stones. The resident gatekeeper and security guard greeted us with smiles and directed us to the path through the middle of the forest.

Upon entering the forest, I had a sudden, overwhelming feeling of traveling back in time as I experienced the giant trees from hundreds of years ago, the ponds surrounded by wild native-grown bamboo, the sounds of wild birds. There was a peacefulness, a forest silence, the lush growth of ferns, bushes, and wildflowers. The gatekeeper told us we would be driving approximately three miles to reach Biltmore House. The forest, brooks, and streams were so majestic, I felt it signified the path to a magical castle. I had a glimpse of the giant iron/stone double gates protecting the house, but with an inviting appearance. A large stone sculpture of what appeared to be a woman's head was looking over the gates, smiling, her hair bound on top of her head. Lantern lights were placed on the stone pillars to light the path to the mansion on cloudy, rainy, dark days and nights.

We stopped for a few minutes prior to entering the gates to absorb the grandeur of the wrought-iron fence. We turned right after passing through, and there it was, at the end of a line of trees, the mansion, castle, estate—no word was grand enough to describe what we were seeing. We parked close. Not very many people were visiting on that day in 1973.

It was so beautiful. The wind was blowing, the sun was bright, and they were selling Biltmore Ice Cream by the side of the outdoor pool. We took some time to eat ice cream and absorb the beauty of concrete ponds, flowers, vines, and statues surrounding the ponds and swimming pool. The view of the Blue Ridge Mountains from Biltmore is a great sight to see if you love the green trees, mountains, beautiful blue skies and filtered sunlight.

Time for us to enter the front doors. They were made of dark wood with several deadbolts, a very grand entrance. There was so much to see, libraries, magnificent banquet halls, fireplaces and sitting rooms. Food, drink, and entertainment were obviously of top priority for guests.

Family portraits hung on the back walls of the family room, visible prior to entering the library. I never thought of ghosts until I saw the large painting of George Vanderbilt. He had dark eyes, his hand was holding a book, and he appeared to be frail and not very strong physically. Those eyes seemed to look right into my soul.

George Vanderbilt was a man who not only had a vision but saw his vision become reality. One must admire and respect someone so focused. Yes, he had financial means to see his dreams come true, but he had a dream for a special place that would bring so much joy for many people for many years. A security person walked over to me and said, "What do you think about him?" I was a little embarrassed, as the rest of the family had moved on and I was still standing there mesmerized by George Vanderbilt's portrait. I wasn't sure how to answer him as I didn't know anything about George Vanderbilt, so I finally said, "His accomplishments fascinate me. What do you know about him?" He knew plenty. His great-grandmother had worked in the house with the Vanderbilts. He described George Vanderbilt as a kind man concerned with growing crops and raising animals. He was good to his employees. He loved dogs and horses, and he loved parties and inviting people to share his wealthy estate. He was spiritual in his own way, and he conceived and funded the Cathedral of All Souls Church in Asheville. He welcomed all the villagers and guests to his church.

Only a few people were at the house, and the guard told me to take my time and stay as long as I wanted. I thanked the man for his information, and I moved on to tour the house.

Beautiful winding staircases and an original elevator gave access to the upstairs to tour the bedrooms. I was the only person in the elevator, yet I felt like something else was in the elevator with me. Maybe it was the sound of the old pulleys, the creaking of old wood, and visualizing George using the elevator. I toured the upstairs and saw the bed George had slept in. I was the only one in the room. I felt a sudden drop in temperature, a cool puff of air—but Biltmore had no air conditioning that would have caused this.

I walked back to the elevator to go several stories downstairs. The tunnel underground was spooky, but the real surprise was the swimming pool that held 70,000 gallons of water, ten feet deep, with underwater lighting. In the stillness, I felt hypnotized looking down into the pool. I heard water splashing, and I thought I heard laughter. My family walked in after I had been standing there alone for about fifteen minutes, and my husband said he thought the pool was a little creepy. We moved on to the riding stables, and it was as though I could feel George's presence there. Again, there was a drop in temperature that the family also noticed.

We left Biltmore feeling spellbound from all we had experienced and checked into a local hotel. I fell into a deep sleep and could see and hear George Vanderbilt's spirit. He had information to share with me. He said there would be a hotel built, a magnificent hotel for guests visiting Biltmore Estate. His concern was that the estate would not survive without guests. He needed thousands of guests to visit to continue his legacy. I shared with him that it would probably be out of my price range so he might not see me again. He assured me he would see me again in his new hotel, and we would visit again at the underground swimming pool. With thousands of visitors, this seemed unlikely. Before he left, he reminded me to keep the vision, and he would see me again at the pool with no other visitors present, just quiet time to remember him.

I woke from the dream, and as we had breakfast, I shared with the family the dream I had and how very real it was. They thought it was kind of crazy. People wouldn't drive that far into the wilderness no matter how beautiful it was to stay in an expensive five-star hotel. The expense of a hotel would probably bankrupt the estate as there were no guarantees people would come, and as we experienced, there were very few people visiting while we were there.

In 2001, George Vanderbilt's grandson, William Cecil Jr., completed the 213-room hotel he calls Biltmore Inn just two miles from Biltmore House at a price of $131 million. It was built to give guests a glimpse of what it was like to stay at the lavish estate. Twenty-eight years after my encounter with George's spirit, the hotel was completed. During the first six years of operation, I visited frequently, with June and Christmas being my favorite times. Every time I've gone, I've spent time at the underground pool but did not sense George's spirit.

I booked rooms for my son and me in November 2022, forty-nine years after the dream. It was crowded and the hotel looked like a scene from Downton Abbey. Guests enjoyed drinking Biltmore wine before beautiful fireplaces while listening to the music of harpists. I booked the Biltmore House tour on a Sunday night and wondered if it would be possible with such large crowds to have alone time at the underground pool.

To my surprise, the shuttle from the inn to the mansion had only six people aboard. Upon entering the house, my son and I separated. With my bad knee, I couldn't climb the stairs, and John planned on seeing everything on every floor. I got on the old, original elevator with only the attendant present with me. That same feeling from forty-nine years ago came over me, and the attendant made a comment about a cool draft she hadn't noticed before. Was it George Vanderbilt's spirit or an energy field left from long ago? Whatever it was, we both felt it. I got off the elevator, walked to his bedroom, and stood there a few minutes with no one else in the room. As other guests entered the room, I proceeded back to the elevator to the main floor and then down the stairs to the tunnel that led to the underground swimming pool. I was in luck; a group had just left, and I had the swimming pool room all to myself. Memories flooded my thoughts of the encounter and dream from long ago. George Vanderbilt's presence was strong, and I could hear his laughter echoing along the walls of the swimming pool room. As I stood frozen, staring at the walls of the room, my son and some other visitors walked in and my son said, "I thought I heard someone in here with you laughing. This place is a little creepy. Let's go eat." Little did he know, long before he was born, the magic of Biltmore had touched me. Long after I'm gone, he can continue to enjoy this place he loves almost as much as I do.

CHAPTER 14

TELLICO PLAINS, BALLPLAY, AND VONORE, TENNESSEE

"Ghosts don't haunt us. That's not how it works. They're present among us because we won't let go of them." ~ Sue Grafton, *M is for Murder*

Tellico Plains, Ballplay, and Vonore are located in Monroe County, Tennessee, which adjoins Blount County. Jonnie is very familiar with this area. Some of her paternal ancestors made their homes here, and she has explored some of the home sites and cemeteries which played a part in her family history. She's also enjoyed weekend retreats at Tellico Plains, staying in cabins rented from Mountain View Cabin Rentals near the Tellico River ... where the rushing waters may whisper other stories to those who are inclined to listen.

Jonnie's story

It was a beautiful October day in 2016 in Tellico Plains, Tennessee, and as I looked out the cabin window, I could see autumn-colored leaves falling from large trees into the Tellico River. The furniture in the cabin was all made from local trees. Linda Albert and I passed the sawmill on the way to the cabin and saw the giant trees, hundreds of years old, soon to be tables, lamps, beds and even knobs on doors. If the trees could talk, what kind of stories would they tell us? We would soon find out.

Over the years I have rented several cabins along the Tellico River and stayed with family or friends, but this was my first time in this cabin. Downstairs was a queen bed and bath where Linda stayed as well as a kitchen with a round wood table and four chairs. The table and chairs were solid wood and very heavy. I would be the one sleeping upstairs. I didn't want to tell any ghost stories because the area is a little spooky even without any stories. My sister and her husband had rented the cabin next door. As Linda, my sister, and I sat around the table looking at the genealogy book my sister completed, we talked about John Jackson Kirkland.

John Jackson Kirkland is a well-known name around Tellico Plains, Vonore, and Ballplay, Tennessee. How do I know so much about him? I am a direct descendant of the man who has several books and many stories attached to his name. Mary Sue Kirkland, daughter of John Jackson Kirkland, married John Carroll Roberts Hardin on March 4, 1824, and their daughter, Sarah Carolina Hardin, married Warren Gray. Their daughter, Mary Adeline Gray, married John Anderson Hodge, my great-grandfather.

Why did this hardworking family man become known as one of the most feared killers in the South, and what happened that changed John Jackson Kirkland? If there had been no Civil War, there would have been no stories to tell about the murders and ghosts from his past. He had no slaves; he worked his farm with family and friends. It was the rich and powerful who owned the slaves. He was seen as no better than the slaves because he was part Indian.

The Civil War came and he was forced to be part of that war. He was second lieutenant in charge of Company B of the Third Tennessee Mounted Infantry with the Confederate Army, and a man of good reputation.

The Union Army burned the family gristmill on Turkey Creek above Tellico Plains, and his family's homes were burned while he was away serving with the Confederate Army. John Kirkland swore an oath against the Union Army, deserted his post with the Confederate Army, and decided to form his own army. The Kirkland Bushwhackers were considered to be the most vicious and bloodthirsty of the bushwhacker, or outlaw, groups, with the graves of their victims scattered throughout this mountainous area of East Tennessee and western North Carolina.

The Civil War made enemies. It didn't matter if it was family or friends, the war was so intense as to make permanent enemies of parents, sisters, brothers, cousins, aunts, and uncles. Not only was the Union out to kill John Jackson Kirkland, but now he was classified as a Confederate deserter.

He outlived the Civil War and died owning several tracts of land. He was never imprisoned for any of the crimes we read about in the books written about him. There are always two sides to every story, and this period of history seemed to have many sides.

As we were discussing this family member and trying to understand his behavior, my EMF indicator was on the table, and it started to sound. One spot on the table had a very high frequency. I suddenly saw a vision of a man hung by a rope around his neck on a tree limb. He was dangling in the air with a group of men on horseback watching him die. Could this table be cut from wood from a tree that John Kirkland used to hang one of his victims?

I thought back to ghost stories that my grandmother had told me about hangings in the area and how sometimes the ghost of the deceased would haunt the area around the tree. Sometimes the spirit would be trapped in the tree, and these areas were avoided, particularly at night.

Another time, my sister and I visited a desolate cemetery in Ballplay, and as we parked the car, we saw a man underneath a large tree looking at a tombstone. We hesitated to exit the car as there was not another car in the area, but decided we wanted to continue our genealogy search more than we were afraid. We got out of the car and slowly walked toward the man, and he vanished in front of us. We didn't waste any time getting back in the car and have not been back to that cemetery.

CHAPTER 15

CADES COVE, TENNESSEE

"We need ghost stories because we, in fact, are the ghosts." ~ Stephen King

Cades Cove in Great Smoky Mountains National Park is the most visited area of the most visited national park in the United States, according to the National Park Service (nps.gov). People come from all over the country and all over the world to see its natural beauty and perhaps learn of the history of this section of the Appalachians.

The first European settlers came to Cades Cove in the 1820s, but before they arrived, the Cherokee traveled through to hunt game. Cades Cove continued to attract settlers, and the small community grew to include churches, schools, businesses, and a post office. The tight-knit community declined after Tennessee and North Carolina began purchasing land in 1927 in preparation for the creation of Great Smoky Mountains National Park. Some residents were granted lifetime leases to remain in the Cove. The last of these residents, Kermit Caughron, died in 1999, and his wife, Lois, chose to leave the Cove.

Today, the National Park Service manages and maintains the structures remaining that are in keeping with the pioneer history, but be aware, the Cove's history is not contained within this narrow timeframe. Many early- to mid-20th-century homes and businesses were demolished as not being in keeping with the era NPS wished to preserve. Kermit Caughron's home, which was located near the Dan Lawson exhibit, was one of these. It was dismantled in February 2002.

The Cades Cove Preservation Association (www.cadescovepreservation.com) was created in 2001 to preserve the heritage of the Cades Cove community. The nonprofit organization, working under the direction of the National Park Service, provides funds and volunteer labor to do such things as take care of the cemeteries in Cades Cove, clean and do minor repairs at the churches and provide upkeep on trails and pathways to the historic homes. Resources are also devoted to educating the public about the history and heritage of the Cove. CCPA's Cades Cove Museum at 1004 E. Lamar Alexander Parkway in Maryville contains the largest known collection of artifacts belonging to the people who called Cades Cove home.

Just as there is more to the history of Cades Cove than meets the eye, so is there more of a ... presence ... than meets the eye. Sometimes, if you listen closely, you'll hear the sounds of singing in the old churches, or you'll see a movement from the corner of your eye, or you'll feel that you aren't alone. You may even have an opportunity to talk with someone who isn't there or see some of the oldest homes in that beautiful wild valley that have been gone since before recorded history.

Even at the museum, which lies in Maryville about 30 miles from the Cove itself, you'll find an essence of time past. Paranormal activity has been reported by several CCPA officers and others, including the museum director, Gloria Motter.

Jonnie's story, as well as several other observations, are included in the following pages. Those reprinted from personal columns and feature stories I wrote for The Daily Times are used with permission of the publisher, Bryan Sandmeier. Others are based on interviews I did with Gloria Motter and a paranormal investigator who visited both the museum and Cades Cove.

Take the time to visit the Cades Cove Museum in Maryville before you head for Cades Cove in the Smokies. You'll gain a new appreciation for its former residents. Former residents? Perhaps some of them are still there ...

Jonnie's story

It was a nice, cool, October Sunday in 2019, and my husband and I decided to drive to Cades Cove. It was late in the afternoon and the crowds had cleared out. From my childhood on, I've heard and read many stories about hauntings, graveyards, and ghosts but never witnessed anything unusual in Cades Cove. This was about to change.

Fall is my favorite season to visit Cades Cove, and October is the month of colorful beauty from the leaves to the sky. Checking out the horse stables is always a must for me, although on this day, it was too late to go horseback riding. We circled the picnic area, and no matter how cold it is, I love to get out and walk in the icy creek. I carry a pair of water shoes and a towel stored in the spare tire compartment in the car. I also had to go by the campground and stop at the store to get an ice cream. After that, I tossed my purse in the back seat, and we gazed at the natural beauty of the Cove as we entered the gate to a place where time seems to stand still.

Memories flooded my mind of my childhood with grandparents, parents, aunts and uncles, sister, brothers, and best friends over the last sixty years, remembering the picnics, hikes, and horseback rides across the streams. What a privilege to buy fresh-ground corn meal and flour, to witness the sorghum molasses being made, and to pet and talk to the mules working so hard to produce sorghum molasses. How wonderful to witness my son's generation finding so much enjoyment in the magic of Cades Cove.

Cades Cove to me is a beautiful, educational, and fun place to visit. I know those who lived during the log cabin days with no electricity struggled to survive the cold winters, floods, and droughts of summer. The buildings we were soon to see were a witness to the struggles. The churches played a very important part in the lives of the Cades Cove pioneers. If these buildings could talk, they would speak of the worship, the funerals, the weddings, and the fellowship.

As we came around the first curves in the road and could see the many trees with their bright red and orange leaves, I got a glimpse of the first church on the right, the Cades Cove Methodist Church. No one was there so we stopped, and I walked into the old church building. I've been there many times, but this time seemed different. I was in the building by myself and heard someone behind me, but when I turned around, no one was there. I decided it was probably the wind, or an old board, or the building settling. I found Don walking around the cemetery, checking out the names on the markers. We walked back to the car, and as we drove past the church, I saw a wolf standing in the cemetery where we had just been. At the same time, we heard an earsplitting alarm from the back seat. Don stopped the car and said, "What in the world is that noise?" I had forgotten the EMF detector in my purse. We had stopped in front of a tree just past the church. What was the EMF device picking up at this location?

I got out of the car and took a picture of the tree in front of the church. I didn't see anything but did feel like something or someone was watching me. I got back in the car and told Don I didn't see anything and wasn't sure why the EMF indicator activated. I had been using it to detect high magnetic fields in Maryville around power lines where new homes were being built.

We stopped at the Cable Mill and took a rest break. I started looking at my pictures while waiting on Don, and I was so startled I dropped the phone. A very vivid image of a face appeared in the tree in front of the church, looking down at me as I snapped two pictures. The camera saw what the human eye could not see, and the EMF indicator encountered an electromagnetic field strong enough to sound an alarm in an area with no electric power lines.

I have not been back to Cades Cove since that time. Who knows what I may encounter the next time I go?

GHOST HOUSES IN CADES COVE

Inez McCauley Adams was born in Cades Cove and had a special affinity for this place where her ancestors, the McCauleys, Abbotts, Lawsons, and more, lived before the National Park came into existence. She and her husband, Earl Adams Jr., both now deceased, spent many hours traipsing through the woods and fields to find evidence of people and places long gone from memory. Called Granny and Papaw by all the "young'uns" they took under their wings, Inez and Junior had many out-of-this-world stories to tell. Following is one she told me, published in 2003 in The Daily Times, Alcoa, Tennessee, and reproduced with permission of the publisher, Bryan Sandmeier.. It's not a tall tale; Granny had the photos and video to prove every word.

The Daily Times, Maryville, Tennessee
Published Oct. 28, 2003

Cades Cove harbors secret house

Cades Cove is a place of natural beauty, well known to both tourists and local folk alike. A casual observer passing through on the Loop Road wouldn't begin to guess at the secrets hidden within the mountain community—secrets discovered by people with the special sight it takes to see them—people who aren't afraid to see them.

A house, for example, sits on the backside of the Cove. At least, that's what Granny and Junior tell me. I haven't seen it, although it's visible from the road. Few others I know have seen it. But it's there. Or it isn't there. Or it's both. Let me explain.

Granny has deep roots in Cades Cove. Now in her 70s, the small, feisty woman and her husband, Junior, are attempting to document as much as they can of the history of the Cove. They spend a lot of time gathering oral histories from others who, like Granny, grew up in the tight-knit mountain community before the days of Great Smoky

Mountains National Park. They also frequently traipse around the Cove, retracing the steps of their pioneer forefathers.

On one such trek, Granny looked up and saw a house she had never seen before. "It was beautiful," she told me recently at her Walland home, still awe-struck by the memory over two years later of a log cabin set at the edge of the woods across a field and near a creek. She told Junior to look; he said Granny was nuts, no house was there.

Granny had a camera with her and she took a picture of the house that wasn't there from about a half mile away. She also had a video camera, and with hands shaking so that she could barely hold the camera in place, she shot some video of the cabin. The two started walking across the field, she said, but the closer they got, the less she could see. By the time they reached the place where the cabin sat, Granny could not see it at all.

Where did the house come from? Granny doesn't know. It's not in the memories of any of the old folks she's interviewed, not in the lore handed down over time. But Granny knows the house was there at some point in long-ago history. The energy left behind by its inhabitants is as real and as tangible as the film upon which the cabin's impression may be seen today.

I've not seen the ghost house in the Cove. I've looked for it, tried unsuccessfully to catch a glimpse of it. Whether my companion's skepticism cloaked the sight or I am not one of those gifted to see, I couldn't say. But in the home of a little granny-woman in Walland are a photograph and a shaky home video of that cabin, big as life near Sparks Lane.

No, I haven't seen the cabin. But I've seen the photo, and I've seen the video, and I know that some things are just not meant to be explained.

Next time you go to Cades Cove, look carefully when you catch a subtle movement in the corner of your eye. Perhaps you'll be closer to history than you ever dreamed. If you aren't afraid to look.

INTRODUCING A GHOST HUNTER

In 2011, I was a section editor at The Daily Times newspaper, then in Maryville, Tennessee, and now in the neighboring city of Alcoa, Tennessee. With Halloween coming up, I decided to do a series of stories on the paranormal. My dear friend, Gloria Motter, then curator and now director at the Cades Cove Museum in Maryville, suggested that I interview a paranormal investigator who had investigated the museum several times. I did so, and the following feature story ran in my section on October 30, 2011. It is reproduced here with permission of The Daily Times publisher, Bryan Sandmeier.

The DeLongs divorced several years after these stories were written. Both later moved out of Tennessee.

DeLongs investigate spirit realm
The Daily Times, Maryville, Tennessee
October 30, 2011
By Linda Braden Albert

Randy DeLong was about 4 years old when he met the older couple he came to consider as another set of grandparents. They lived in his house, spoke with German accents and taught him words of their native tongue.

Only DeLong could see them, hear them, interact with them — they were spirits.

"Every house we moved to after that had a presence in the house," DeLong recalled. "I grew up comforted by them. They never frightened me."

His mother helped him accept the gift of sensing the spirits and ghosts around him, but as he grew into an adult, the world had different ideas and he tried to fit in with those. DeLong said, "I thought maybe I was just odd, but as I got older, I figured it just didn't matter."

DeLong met and married his wife, Doris, who has the same gifts as far as sensing paranormal activity, and later moved to Blount County. The rich history of this area was so intriguing that they began exploring some of the lesser-known areas of the county.

"It has a level of paranormal activity not found in most areas of the country," DeLong said. "So we began Maryville Old-school Paranormal Society, or M.O.P.S., in 2009. We wanted to share the history of the area from a new perspective and bring the spirit realm into the light."

Misconceptions

People fear what they don't understand, and paranormal activity is definitely one of those subjects. DeLong said the misconceptions come from television shows and movies that play up the darker side. In his experience, however, "99.9 percent of it is just a relative or a passing spirit."

He said many of the calls he and Doris receive are from people who think they have something evil, or a demon, in their homes.

"I've been doing this a lot of years and I've never run into anything evil, personally. What we have found is that we carry our personalities into the afterlife. So if you have an old curmudgeon that lived kind of mean when he was here, you're going to have the same old curmudgeon. But I've never run into anything dangerous or true evil. I'm not saying it's not out there, but I've never run into it. … There's not a demon in every attic."

Tools of the trade

The DeLongs use the "old-school" equipment for their investigations — a Sanyo digital camera, a Sony handicam, a Ghostbox, a digital recorder and their own sensitivity to the spirits around them. DeLong explained how the equipment is used.

"If you take a digital recorder into an active area and you're recording, sometimes you will pick up spirit voices, called an electronic voice phenomenon (EVP)," he said. "We use the Ghostbox with the digital recorder. A Ghostbox is simply an AM/FM radio that's been modified to scan the frequencies really quickly, and it gives spirits raw audio that they can use to speak. It gives you instantaneous responses to questions. You can almost carry on a great detailed conversation."

The Smoky Mountains and Cades Cove, in particular, are favorite places for the ghost hunters to explore. DeLong said, "When you take the time to slow down and listen, you will feel the energy of the people around you."

The Thompson-Brown House/Cades Cove Museum on East Lamar Alexander Parkway in Maryville is another site burgeoning with spirit activity. The house was built in the early 19th century, plus it houses artifacts from families who once lived in Cades Cove. Museum curator Gloria Motter often has her hair tugged, her shoulder touched. She told DeLong recently she sensed a new presence in the old house.

"Somebody's been lying on the bed, and we've been trying to get answers on who's passing through," DeLong said.

'Help me'

DeLong said he and Doris search for answers because they don't really know why spirits and ghosts continue to stay on the Earth.

"There are so many questions, and the answers are so hard to come by," he said. "We haven't gotten answers so we keep asking different questions. We don't know if they aren't allowed to answer … None of us are ever really going to know until we are the answer. We can only speculate, theorize."

In the course of the investigations, an EVP may answer, "Help" or "Help me."

"It just boggles my mind when investigators go in and they get 'Help me' as answers from EVPs, and they don't help," DeLong said. "That's when you keep going back and asking, 'What do you need help with?'"

He explained the distinction between a ghost and a spirit.

"A ghost is somebody that doesn't know that they've passed," he said. "A spirit has gone into the light, knows what Heaven is, knows God, but has come back and is, like, watching over somebody. So, when we come across something, we ask them if they have seen the light. If you get the word 'no' and they seem confused, we ask them to look for a light, imagine a light, let the light get bigger, and keep talking and talking about the light. We tell them to let us know when they cross into the light, that they will have friends and relatives there waiting. Nine out of 10 times you'll get a sound in the house or you'll get a feeling they've crossed into that light. That doesn't mean they don't come back, but at least they get their answers — we're hoping. Again, we don't know, but it feels more comfortable.

"A lot of groups do what they call 'cleansing' of houses, and they think they're getting rid of the spirit. I don't think you ever get rid of a spirit. You'll tone down the energy, but we've noticed that the spirit stays where it's at. It's comfortable. That's like somebody coming into your house and asking you to leave. Well, you're not going to leave, it's your house, but you may tone yourself down a little bit.

"They are people. How would you like to be treated? We always ask if we can come in. You can carry on a conversation just like you would if you're meeting somebody and going into their house. That's where we get great evidence, just sitting down and talking."

DeLong now has end-stage emphysema. His health no longer allows him to investigate private residences, but he and Doris still explore this area. They advise other groups on their methods of recording evidence and how to investigate with the utmost respect for the spirits.

DeLong said, "In our short time as a group, we have helped hundreds of people understand that what goes bump in the night isn't as scary as what you might think."

MORE ABOUT THE SPIRITS

Sometimes a full-length feature story in a newspaper doesn't cover everything the writer would like to include. That happened with the previous story, so I wrote my personal column and included the rest. This column also ran Oct. 30, 2011.

Paranormal possibilities fuel 'spirit'ed discussion
The Daily Times, Maryville, Tennessee
October 30, 2011

I remember the first time I felt uneasy in a cemetery.

I was there helping a friend with genealogical research, taking photos of tombstones that might provide her with a family history clue. She began at the lower end, I went to the upper end, and we planned to methodically photograph the information from each stone with certain family names and meet in the middle.

You know how you get that uneasy feeling sometimes, like something's not quite right? The closer I moved to the top of that lonesome hill, the stronger the sensation. I kept going, shot what I needed in a hurry, and rushed back down.

"I'm not coming back here," I declared.

Later, someone more familiar with the history of the community told me a tragic death had occurred, and the person was buried at that end of the cemetery. That's what I was feeling, she said — the residual energy left from that tragedy.

You've probably noticed that the majority of this section is devoted to the things that go bump in the night. What are they? Ghosts, who don't realize they are dead? Spirits, who know they have passed on yet have a mission to accomplish? Demons? Imaginations run wild?

It depends on who you ask ... and whether you acknowledge the existence of a spirit realm that may not be seen or heard, but felt.

I talked with Randy DeLong at length about the paranormal. Randy, as you can see from the feature on page 5, and his wife Doris formed the Maryville Old-school Paranormal Society (M.O.P.S.) in 2009. I ran out of space before I ran out of things to share from Randy, so that conversation continues here.

Randy said investigations are best held at the time of day when the paranormal activity takes place, not at night, as some investigators do.

"You want to investigate during the day around the times this is happening, just to rule out if it's something residual," he said. "When we did homes, we wanted the people there. The spirits are used to the people."

As the living residents carried on their normal routine, the DeLongs observed. "If the things start happening, then that's when you start asking the questions, try to figure out what it is, whether it needs help, whether it's just trying to say 'hi.' ... You have to calm down and think about it. Yes, it's unknown, but it's just somebody there wanting contact."

The Thompson-Brown House, which houses the Cades Cove Museum, is a fun place for spirited conversations. Randy said one such spirit, Emma Rose, was adamant about showing museum curator Gloria Motter where a possession of hers was stored.

"She kept saying, 'In the back,'" Randy said. "So, Gloria went digging and found an old pocketbook."

Spirits don't lose their sense of humor, either. One, when asked who was there with him, answered, "Dead people" very clearly.

Randy also said he has always gotten a peaceful, restful feeling in cemeteries.

"Why would you investigate a cemetery?" he asked. "There's not that many spirits in a cemetery. Why would they hang out there? Most of the energies you feel around a cemetery are just residual energies from the cemetery itself, the people. It's more residual, not intelligent. That's what gives you that comforting feeling. They're at peace now."

AVENT CABIN

One of Randy DeLong's favorite places to visit in the Elkmont area of Great Smoky Mountains National Park was Avent Cabin, built in 1845 and sold to Frank Avent in 1918. His wife, nationally renowned artist Mayna Treanor Avent, used the cabin as an art studio until 1940. The Avent family held a lifetime lease and used the cabin until 1992. It is now on the National Register of Historic Places. You can learn more about Mayna in "Women of the Smokies," a book published by the Great Smoky Mountains Association in 2016.

The following is a transcript of an interview with Randy on his investigations at Avent Cabin.

My favorite place to go is Avent Cabin. You park at the upper parking lot at Elkmont, you walk a mile and a half. It's a hike up there. That cabin just has a peaceful feeling to it. Mayna Avent is still there, her husband and her son. All three are still there. I have talked to them extensively and recorded the conversations. I like going up there because you can take the ghost box up there, and there are no radio signals. You can set it on the porch for hours and never pick up anything until you start talking to them, and they will answer you. You get direct responses every time. We've become friends. You can feel that they're there, but they are still carrying on their day.

Randy played a very short recording of one of the conversations at Avent Cabin. You could hear a voice answering him, carrying on a very distinct conversation.

Walking up to the cabin, I always wave. That's the first thing you do when you're walking up to a neighbor's door, and they're standing up there. When I get to the door, I knock on the door – I make sure there's nobody else there first; I look for backpacks and walking sticks before I do it. Then I walk to the back door and check the back door, and I know if a rock is rolled up against it, that nobody's there because you have to unroll a rock to open the back door. There are no steps up to the front porch. I'll roll the rock out of the way, and I always knock, just like you would, and I yell, "Mayna, you home? Can I come in?" Then you wait for the feeling and walk in the door conversing. "If you're here, I'm going out to the porch, come out to the porch and we'll have a conversation." I go out to the porch to sit, and just start talking. That's what you get up there. I've got hours of that.

They like coffee up there. I've asked them about dinner. Up there, when we were talking about residual, I have two recordings—you know when they were logging and the horns they would use to signal when they were dragging things? That "beep, beep." I've picked that up twice, on two separate occasions, and also a dog barking when there was no dog. Where was the dog? We didn't hear a dog when we were recording. Then you'd hear a horn. There's no horn up here.

The last time we were there, there was a black snake, a beautiful snake, and it was crawling on the side of the porch. When I went over to it, somebody yelled at me, loud, something that sounded like, "Tatigua!" It kind of took me aback. I tried to look it up in different languages. I've done the native translator and looked up "tatigua" or "tateekwa" and haven't found anything. It was so loud.

When we leave, we always say, "Thank you."

CHAPTER 16

GATLINBURG, TENNESSEE

"All that we see or seem is but a dream within a dream." ~ Edgar Allan Poe

In late November 2016, drought conditions, high winds, and low relative humidity brought about a nightmare for the Great Smoky Mountains, a perfect storm for disaster as a series of wildfires ravaged the area. Gatlinburg, Tennessee, was one of the hardest hit areas, primarily due to a fire that started near the summit of the Chimney Tops Trail and spread quickly. The fire was later determined to have been caused by two juveniles.

According to a news report in The Daily Times newspaper (then in Maryville, Tennessee, and now in Alcoa, Tennessee) published Nov. 29, 2016, "Unpredicted extreme weather conditions on Sunday afternoon through Monday (Nov. 27-28) led to the exponential spread of fires both inside and outside of GSMNP (Great Smoky Mountains National Park). Severe wind gusts of over 80 mph, unprecedented low relative humidity, and extended drought conditions caused the fire burning in the National Park to spread rapidly and unpredictably, in spite of suppression efforts on Sunday that included helicopter water drops. Wind gusts carried burning embers long distances, causing new spot fires to ignite across the north-central area of the park and into Gatlinburg.

"In addition, high winds caused numerous trees to fall throughout the evening on Monday bringing down power lines across the area that ignited additional new fires that spread rapidly due to sustained winds of over 40 mph."

Gatlinburg Fire Chief Greg Miller was quoted in the story as saying, "This is a fire for the history books" during a press conference Tuesday morning (Nov. 29). "It is unlike anything most have ever seen."

The fires claimed at least 14 lives and injured many. The wildfires have been named one of the largest natural disasters in the history of Tennessee.

According to Wikipedia (en.wikipedia.org), "By December 12, the fires had burned more than 10,000 acres (15 square miles) inside the national park, and 6,000 acres in other parts of the area. At least 14,000 area residents and tourists were forced to evacuate, while over 2,000 buildings were damaged and/or destroyed."

.

Jonnie's story

The places we select for our special occasions are also the places many other people book for their own special occasions. Birthdays, weddings, anniversaries, job promotions, and vacations are all events very dear to our hearts. Most of the time, these events are wonderful, fun, and memorable, but this was not true for those people in Gatlinburg in late November 2016.

Don and I had not been to Gatlinburg since 2015, before the devastating fires of 2016, and in 2023, we thought it would be a great place for our June wedding anniversary with so many wonderful hotels and restaurants to select from. We wanted a five-star hotel with a restaurant offering a great view of the mountains, outside fire pit, pool, and luxurious beds. Comfortable beds and pillows are a must for us these days.

After much research, the hotel that came the closest to our specifications was the Park Vista Double Tree Hotel by Hilton, in Gatlinburg, Tennessee. June is a very busy vacation month in the Smoky Mountains, but we were fortunate to reserve the weekend of June 17 with two rooms for our family. My parents stayed in this hotel in 1976 when my father was awarded Salesman of the Year with his company. It was a very big deal for my parents as they had four young kids, and this was their first opportunity to go to a nice hotel with a restaurant. My mother remembers most of the details of the room and restaurant, and she still laughs about mistaking the whipped butter for ice cream.

We drove through Townsend and enjoyed the winding mountain roads and damp, cool mist from the river. In Gatlinburg, we turned right at traffic light number eight on the road leading to Park Vista. I felt positive energy fields on the road until we started up the steep incline to Park Vista, and then I began to have a sense of fear, maybe even death. I shook off these thoughts, not knowing where they came from, and tried to concentrate on the great weekend we were going to have. What floor would we be on? High or low, mountain view or city view? We would soon find out.

We walked past the outdoor fire pit into the lobby of the hotel. The beautiful glass elevators were busy with all the guests checking in. The desk clerk handed me two electronic key cards and chocolate cookies. I smiled, thinking of Paris Hilton's commercial promoting the Hilton Hotels.

The desk clerk said, "Your rooms are on floor number 13." Good thing I try not to be superstitious.

The rooms were beautiful with views of both the mountains and the city. I walked out on the balcony and felt the same negative energy as I did on the driveway entrance to Park Vista, but this time I had a very strong vision of someone standing on the balcony, trying to tie a sheet through something to possibly scale down the side of the building. I looked down at my feet, and sure enough, there was a hole in the balcony wall. The hole was large enough that it was possible to run a sheet through it. I asked Don to give me his opinion. "Why do you think that hole is in the concrete wall?" He said, "I don't know. Maybe for water to run out." His answer made sense, but that wasn't what I saw in my vision. I decided I just needed to let it go and move on.

For our evening meal, we had reservations to the Vista Grill hotel restaurant outside on the balcony. The view was wonderful, the food was delicious, but I started to have the negative energy field feeling again. As I looked around at the building, I could see what looked like black, dark shadows on the structure. Cleaning the dark coloration off the walls of the building had not been successful. The dark shadows and black lines appeared to go halfway to the top of the building. The scent of something burning, or a charred smell, came to my mind, and I tried to pass over the thought as it was probably from grilling food.

The family decided to go to the pool, and I stayed on the balcony to have a cup of coffee in the quiet of the evening.

The exhausted waitress came over to see if I needed anything. I was the only one left in the restaurant and I invited her to have a seat. The waitress took me up on the offer, and as I was looking at the dark walls, I inquired as to what caused the dark coloration on the building. She told me about the fire in November 2016, and how the flames from the forest surrounded the hotel and engulfed the structure, trapping guests and employees in the hotel. One guest was checking in when the intense heat blew the glass out of the windows and doors as firefighters rushed to the burning hotel.

The waitress said most of the guests were on the thirteenth floor. The fire had happened so fast, the firefighters did not have time to evacuate the guests and employees. The lower windows and doors were blown out from the heat, and the smoke continued to fill the hotel. The firefighters broke the windows on the upper floors so the smoke could escape through the top of the building. Guests endured more than twenty-four hours of terror not knowing if they would survive this vacation as employees did all they could to protect their guests and themselves.

This gigantic, concrete structure survived as well as all those trapped inside the hotel. Unfortunately, the rest of Gatlinburg was not so lucky, with hotels, cabins, homes, and businesses destroyed by the fire, resulting in fourteen deaths.

As my family and I gathered around the fire pit and enjoyed our drinks, I told them how lucky the hotel was to still be standing. The last guest on that late November day in 2016 drove through smoke and up the long winding drive, and before he could get the key to his room, all hell broke loose—but the important thing is, they all survived and the building survived.

The next morning, we decided to go to breakfast at a log cabin pancake restaurant located on the same road as the Space Needle. As we sat down to eat, again I had this rushing feeling of terror. I tried to get past the feelings and enjoy my wonderful breakfast and the neat rustic cabin. Most of the crowd cleared out and our waitress came by with the check. I had to ask her, "Do you know of any tragic events that have occurred here other than the fire?' She said, "Yes. I'm not supposed to talk about it, but the owner is not here, so I'm going to tell you. Next to us used to be a hotel where there were several people murdered, I think they were all employees. They were all stabbed to death." [1] She mentioned another murder where two Russian people who were working in Gatlinburg were murdered in their motel efficiency apartment. [2]

She also told me about an accident at the Space Needle down the road where a young employee lost his life in a tragic accident. [3] She said, "I'm scared to walk in either area at night because there have been sightings of what appear to be ghosts."

Lesson learned from this weekend: It appears every vacation town has its secrets. Even though our weekend getaway was fantastic, others from the past would have a different perspective. I imagine their warning would be, "If you are driving through smoke to get to your hotel, don't believe the experts when they tell you the fire is not coming in your direction; and in hotels, people are attacked and murdered more often than we want to admit; and you never know what may happen with rides."

For me, I wish these things didn't happen because I can feel the leftover thoughts, or maybe magnetic field energies, and this makes me more cautious of my surroundings. This confirmed knowledge of tragic events will not hinder my going back to Gatlinburg. I'm very much looking forward to my next trip to Gatlinburg, as life must be lived to its fullest.

(1) Research (www.wbir.com, published March 12, 2015) shows that the waitress was referring to the "Rocky Top Murders," which took place September 13, 1986. Edward Leroy Harris and Joseph DeModica

were convicted of brutally murdering the night clerk, Melissa Suttles
Hill, and the night security guard, Troy Dale Valentine, in a motel room
at Rocky Top Village Inn. Harris was killed by another inmate at the
Morgan County Correctional Complex, Wartburg, Tennessee, in March
2015. The Mountain Press newspaper, Sevierville, Tennessee, reported
on Aug. 3, 2006, that DeModica died, March 10, 2006, in the Tennessee
State Penitentiary, Nashville, Tennessee. The Rocky Top Inn has since
been demolished.

You can read more of the details at tncourts.gov in an appeal filed
on behalf of Harris in the Court of Criminal Appeals of Tennessee at
Knoxville, Tennessee, in the February session, 1995.

(2) In July 2002, Russian nationals Vladimir Yemelyanov and Sufiya
Arslanova vanished from the East Side Motel on U.S. Highway 321,
where they had been living in Gatlinburg while working on a seasonal
tourist visa. No bodies were found in the blood-bathed efficiency
apartment, but investigators were convinced that the sheer amount of
blood indicated foul play. They subsequently discovered evidence
leading to both the identities of the victims and their suspected assailant,
Yurif Solovyev, another Russian national, who had fled the United States
and returned to Russia. The bodies of Yemelyanov and Arslanova were
not found until 2010. Solovyev was convicted of the murders in 2012 as
the result of a cooperative effort between the U.S. and Russia.

The Daily Times newspaper, then in Maryville, Tennessee, and now
in Alcoa, Tennessee, published this report on Jan. 11, 2013 (reproduced
with permission from publisher, Bryan Sandmeier):

Man convicted in Russia for Gatlinburg slayings
From Staff Reports
KNOXVILLE — A jury in Russia has found Yuri Solovyev guilty
of the July 2002 murders of his two roommates in Gatlinburg, where
they all three worked on seasonal tourist visas.

Solovyev, 44, was convicted on Dec. 28, 2012, and is expected to be sentenced within the coming weeks, according to a news release from the U.S. Attorney's Office in Knoxville.

Shortly after the murders, Sevier County and Gatlinburg authorities brought homicide charges against Solovyev for the grisly crime based on a strong circumstantial case. The proof showed Solovyev acquired the murder weapon and purchased cleaning solutions to attempt to clean the apartment, while giving conflicting statements about the whereabouts of his missing roommates, identified as Vladimir Yemelyanov and Sufiya Arslanova.

Solovyev fled before the bloody crime scene was discovered, but the blood of the victims was found in his abandoned automobile, and, thereafter, video-surveillance identified him using the victims' credit cards.

The FBI traced Solovyev to Moscow, where he admitted to Russian authorities in 2010 that he stole more than $19,000 in cash from the victims and buried their bodies in the Great Smoky Mountains National Park. But he claimed an unidentified man named "Alex," unknown to the U.S. investigation, committed the murders.

Based upon Solovyev's statements to Russian authorities, Gatlinburg authorities found the remains of the victims almost a decade after the murders, along with the murder weapon and other evidence which supported the evidence that Solovyev acted alone.

Extradition of Russian nationals to the United States is not possible. However, Russian law allows for Russian nationals to be prosecuted under Russian law for crimes committed outside of the Russian Federation. This is the first time in which the Russians have prosecuted a Russian national on U.S. murder charges in response to a request for transfer of prosecution.

In conjunction with bringing their own murder charges, Russian authorities spent a week in Gatlinburg interviewing the witnesses and the local detective, after considering the investigative materials and lab reports transmitted under the Mutual Legal Assistance Treaty.

U.S. Attorney Bill Killian commended the verdict and applauded the work of Gatlinburg Detective Tim Williams, FBI Special Agent Buddy Early and Assistant U.S. Attorney Chuck Atchley.

(3) *On June 30, 1991, Taten Creed Marr, an employee with Montgomery Elevator Company, entered the elevator hoistway at the Space Needle and Arcade in Gatlinburg from the entrance on the roof of the arcade and was fatally injured when he fell on top of one of the elevators and was pinned between the moving elevator and part of the building structure (law.justia.com, Marr v. Montgomery Elevator Company). In addition, several individuals leapt to their deaths, most recently in December 2023.*

CHAPTER 17

GASTONIA, NORTH CAROLINA

"Ghosts don't scare me. Flesh and blood people do." ~ Ellen Hopkins

No greater fear exists than that of knowing your child is in danger and feeling powerless to combat it. Jonnie and Don Odom had to face this fear when their son entered a treatment facility in Gastonia, North Carolina, and, instead of receiving the medical care he needed, he almost lost his life.

A paranormal message came to Jonnie in a dream that ended up saving her son's life. Unexpected telephone calls reached out to her with prayer and a prophecy. Supernatural intervention and perfect timing finally brought the worried parents home to Maryville with their son after a bitter fight with both the treatment facility and the hospital where he had been taken.

Jonnie's story will haunt you in ways you never could have imagined. In truth, the living are more to be feared than the dead ...

Jonnie's story

On November 29 and 30, 2019, my son, John, and I participated in a craft show in Rugby, Tennessee. John was assisting me with setting up the tent and display placement of the Rugby Secret Salve, natural body soaps, perfumes and balms prepared for the show. It was a cold weekend, and we were bundled in warm clothes and gloves. We both loved the Rugby atmosphere and talking to the visitors. It was a fun weekend. We had no idea this would be the last days we would enjoy together for a long time.

John relocated to Tennessee from California just a few months earlier. While in California, John's doctors had prescribed a medication to help with stress. It was a life-changing event to return to Tennessee after living in California for fifteen years, and his doctors thought medication would help with his transition.

Tennessee politics and policies started changing about this time. Increased pressure put on doctors to reduce and eliminate prescription drugs was forcing doctors to try to get patients off medications. This created a surge of detox facilities scrambling to get their share of the profits. If you had good insurance, these facilities all but promised you the moon: a chauffeur to pick you up and drive you to locations outside of your state; detox within eight days; and permission to bring those Apple computers and phones. John had good insurance and he was convinced he needed to be medication-free, and there were places that could do it in a few days, with enough money.

The following week, John made a connection with a facility in Gastonia, North Carolina, and he made the near-fatal decision to participate in their program if approved by his insurance company. Insurance approved the program, and the facility provided transportation for the four-hour trip from Maryville, Tennessee, to Gastonia, North Carolina. I had no knowledge of this place, but they made some unbelievable promises and the insurance approved the program.

Around Dec. 4, John called me at work to tell me he was leaving. His ride was there to transport him and his belongings. He assured me he could use his computer and phone and we would stay in touch.

Upon arrival at the facility, he called to tell me he made the trip safely, it would take him a few days to get settled in, and he would call on the weekend. Sunday evening, December 8, came and still no word from him. I tried to call his phone and got no answer. In just a few minutes, I got a call from the facility. The woman said, "John is concerned about his grandfather that is sick," which was our code words since he was a child to use if kidnapped or in a life-threatening situation. I lost control and stupidly said, "There is no grandfather, I demand to talk to him immediately." She stated in a harsh voice, "You won't talk to him today. Call back tomorrow." I tried calling back with no success.

Thinking back now, I should have called the police. I thought about it at the time but felt they would think I was being paranoid. After all, this was supposed to be a legitimate facility. I didn't sleep any, very worried about him. I got up the next morning, got to work, sat down at my desk, and as I was about to call the facility, I received a call from them.

It was Monday morning, December 9, 2019, a little past nine a.m. The person on the phone sounded scared, told me she was with the facility, and said, "We found your son this morning around nine a.m., unresponsive with no vital signs." She said we needed to go to a certain hospital, a level 2 trauma unit in Gastonia, to identify him. My question to her was, "What time did you last check on him?" She said, "Around nine p.m." This was about the time they refused to let me talk to him and he sent the distress message.

I believe in miracles, so I convinced myself to stay calm, told my supervisor I had an emergency, and must leave. I assured him I would call him later. I called my husband and told him we had an emergency with John and to meet me at home. We quickly threw clothes in our luggage and started the four-hour trip to Gastonia.

The day was rainy, foggy, and dark. There was a tremendous amount of roadwork. Asheville, North Carolina, was familiar to me, but after that it was uncharted territory. At one point we were in South Carolina. I stopped at a store to see how far off the route we were, was told it was the correct route, and we would come back into North Carolina in a few miles.

Before arriving in Gastonia, I received another phone call from the person at the facility who had called to give us the bad news. She was crying and told me how sorry she was, and they were doing things that they should not be doing at the place.

We arrived at the hospital and found the emergency room. I told them we were there for John Odom. I was told, "We have no one by that name, but we do have a John Doe with no identification who came in by ambulance and was placed on life support." Fortunately, I had a picture of John's driver license and Social Security card and insurance on my phone. She looked at the picture and said it was him. The nurse said he arrived by ambulance naked, burn marks on feet and hands, and no identification. A young emergency room doctor detected a faint heartbeat and placed John on life support. We were told the odds were not good of his survival, but to give him 24 hours to see if he made it. We were allowed to see him for just a few minutes.

We knew we were not leaving until we could bring John back to Tennessee. Several hotels were near the hospital, and our next decision was to choose one. We knew this could be long term and got all the rates. It never hurts to ask, so we went into the Marriott and told them our situation, and they booked us in a nice room with a fridge and microwave at the same rate as the two-star hotel for an indefinite time range. Blessings come in many forms, and this hotel and its employees were a blessing to us. The Cracker Barrel across the street from the hotel was also a blessing.

The hospital allowed us to stay in ICU with John, talking to him, in hopes it would bring him out of the coma. Don and I took shifts, and I stayed the 6 p.m. to 6 a.m. shift.

Hours turned into days and days turned into weeks. Christmas came and I prayed John would come out of the coma to see the Christmas trees and lights. So much death was all around us; after all, it was a trauma unit, and the odds of survival were slim. All the patients were on life support. Many died alone, with just their nurses and doctors.

One night, in a deep sleep, I had a dream or a vision. This is what I wrote shortly after waking up and emailed to Linda Albert:

This morning at 3 a.m. I was sleeping in John's room and thought I heard something at the window. The nurse came in to check on John and walked over to my side and made the comment that it felt 10 degrees colder next to me. I went back to sleep, and then thought I saw a man sitting in the chair next to me. He was a bright light but I could see his features. He said, "You will have to do something for your son or they will kill him like they killed me. They gave me too much medication."

I opened my eyes as I was saying, "I'm so sorry," and he was still sitting in the chair. He disappeared almost immediately. It was so real, and I thought, "There is one way to prove if it was." I asked the nurse later what medications John was on … I told her no wonder he can't function and is getting weaker. I asked her who had approved these drugs for him, as he had had no pain. She said he agreed that he wanted to take them for comfort. I told her I wanted a copy of all the medications he's been given and weaned off the narcotics.

The doctor knew I was aware of what they were doing (that I wanted copies of the records). He said they didn't release that information. I went to records and talked to the person in charge, and she told me when John was released, they would release everything but not the medications that were given. She said they normally don't release prescriptions given post-ICU to anyone; it's not part of the record.

Later I remembered the man in the vision pulled his life support device from his face and said to me, "I am telling you what you must do. He is dying, you must do what I tell you … You must tell the doctor to do a trach, they are keeping him too sedated for him to ever breathe on his own." I woke up or came out of some kind of trance. Was I dreaming? Who or what was the being that gave me this information? I didn't even know what a trach was.

The next morning when my husband showed up to relieve me, I asked him, "What do you think about a trach?"

He said, "I think John would hate us. He would not be able to talk and would be breathing through a hole in his throat, and the doctors have not mentioned doing something like that." I explained to him that it was important for me to ask the doctor to see if this was an option. When the doctor arrived, I first voiced my concern of weeks turning into months and no improvement. He said they were doing all they could do to keep him alive and he knew of nothing else they could do. I asked, "What about a trach?" His response was, "We don't usually do a trach on someone this young, but if we were successful, you could take him to a recovery facility in Tennessee." He said, "Let me see what I can do, and if the other doctors agree, we will go over the procedure and have you sign for the surgery. He would also be on a feeding tube." They agreed to go forward with the tracheotomy.

Miracles happened that he survived the life support, and then the trach, and then relearning how to walk. We couldn't leave the hospital until he could swallow, at least stand, and go to the bathroom. I prayed about this as I drove from the hotel to the hospital, and asked for another miracle, "Let him stand, swallow, and go to the bathroom." As I looked at the hospital from my car and could see John's room, my phone rang. It was Joel Osteen, a pastor and televangelist based in Houston, Texas, but I lost connection. I had never talked to him before but I knew who he was, and in prior years, I had ordered a couple of sermons. He left a message that my phone number randomly came up for a prayer request. I thought, OK, I'm sure he calls lots of people and it is automatic dialing. The phone rang again, and it was Joel Osteen himself, not a recorded message. "Your phone number keeps coming up as needing prayer," he said. "I'm to tell you that today is the day your prayer will be answered. I don't know what it is, but I'm supposed to give you this message." I thanked him, and when I got to John's hospital room, he was standing up for the first time. In just a couple of days he was able to swallow and go to the bathroom, so he was cleared to be transported to a facility in Maryville.

Since then, John has completely recovered. He doesn't remember much about the ordeal he experienced, but I do, and I'm thankful for all the miracles on his behalf.

PART III

HISTORIC RUGBY

CHAPTER 18

FINDING RUGBY

"The past is never dead. It's not even past." ~ William Faulkner, *Requiem for a Nun*

Information about Historic Rugby on Tennessee's Cumberland Plateau was shared in Chapter 12, Deer Lodge. Part III of this book is dedicated to additional paranormal happenings Jonnie and those who have accompanied her to Historic Rugby have experienced. From the first visit to more recent adventures, she can truly say she's had some spirited encounters.

Newbury House, Historic Rugby, Tennessee

Jonnie's story

Don and I found Rugby in May 2010 by accident—well, we thought it was by accident, but knowing what I do now, nothing is truly "by accident." We were looking for Jamestown, Tennessee, because we decided for my birthday to travel to an unusual place we'd never seen before.

On our way to Jamestown, we stopped at Rugby and ate lunch because there was a restaurant. The waitress said, "Don't go to Jamestown, this is a more exciting place to stay," so we stayed in the quaint little town. We went by and looked at Newbury House and I said, "There is no way I'm spending the night there in the Munster House." Remember the Munsters television show? That's what Newbury House reminded me of. There was a cottage, and I said, "I'll stay in the cottage but not that Munster House."

Be careful what you say you will or won't do! The air conditioning went out in the cottage, and the only place left for us to go was back to the Munster House. They told us other people would be there, that we wouldn't be there by ourselves, but at six o'clock, nobody was there but us. Then a Historic Rugby staff member came back over and said the other family who was coming had to cancel. Don said, "You mean we've got this whole house and all these rooms to ourselves?" and they said, "Yes, enjoy it."

We were assigned Room 1 because all the other rooms had been rented. Old books from the 1700s and 1800s were available for guests to see at Newbury, fascinating books. We stayed up reading these books until two in the morning.

When we finally went to bed, we turned on the window air conditioner. After about thirty minutes, Don was sound asleep, but I was still awake and heard a noise in Room 2. So, I got up, turned the air conditioner off, and listened to the noise. I woke Don up and told him to listen. He said, "Turn the air conditioner back on and go back to bed.

Some of these other people came in." The next morning, the first thing I did was go to the window and look down onto the parking lot to see if any other cars were there. I saw only ours.

We went to the restaurant and I asked if the other couple who stayed in room 2 had already gone. The waitress asked, "What other couple?" and I replied, "Wasn't there someone in Room 2?" She said, "No, nobody checked in but you guys."

That was our first experience.

CHAPTER 19

NEWBURY HOUSE

"Invisible things are the only realities." ~ Edgar Allan Poe

Newbury House is one of the places in Historic Rugby where Jonnie has experienced much paranormal activity. The building has welcomed lodgers since 1880 and has become known for a "permanent resident," Charles Oldfield. Oldfield died more than a century ago when he fell ill and passed away in Room 2. It is said that when female guests sleep in Room 2, they may wake up with Oldfield standing over them.

Jonnie has stayed in Room 2 several times, but paranormal encounters are not limited to this one room, as she—and her traveling companions—will tell you.

Jonnie's story

I decided I wanted to go back to Rugby the following month. Don didn't want to go, so I went by myself. The house was supposed to be booked that time, too, but at six o'clock, they came and told me nobody else was coming, to lock all the doors, and I'd be fine. I'm not afraid of any of the spirits, but I am always concerned in case a living person would break in. When I sleep, it's as though I'm in another world; I hear nothing.

I took a digital recorder with me to see if I could capture any sounds during the night. The next morning when I got up, I thought it had been quiet all night long because I had heard nothing. I got ready and went to the restaurant, thinking I'd listen to the recording while I ate breakfast and see if my recorder had picked up any noises. The waitress asked, "Was there any noise down there last night?" I said, "Well, I'm playing the recording while I eat to see if anything was picked up."

What we heard on the recorder sounded like moaning, like glasses clinking, like a stagecoach, all kinds of things. She said, "Is that what you heard?" and I said, "I didn't hear a thing. This is what the recorder picked up." She said, "Would you share that with one of the residents here?" and I said, "Yes, I will."

The man at Rugby met me for supper that night, and I discovered he was Historic Rugby Executive Director Barbara Stagg's husband, John. I didn't have a clue who he was before that. He just showed up for supper that night and asked if he could hear my recording and if I would give him a copy of it. I said I would. Well, I had a new Apple computer, and it would not copy the voice file. So, when I got back home, I rented a new computer right out of the box to transfer that on. The audio file somehow tore that computer up and never got transferred. Until recently, the audio file was still on the original recorder only. I never did get it transferred onto anything. I attempted on three computers to transfer the recording so he could have a copy, and nothing ever happened.

I got information several years later when I was up there, around February 2013. I had only gone up for lunch, but a snowstorm came and I ended up staying three days by myself. Nothing happened the first two nights. I don't go up there to seek out paranormal happenings; it's just a very relaxing place.

Most of the time you can't get cellphone reception there. At eleven p.m., I switched the recorder on and sat in bed reading, and my phone quite unexpectedly started ringing. It was one of those 1920s rings, a weird ring I didn't even know I had on my phone. The call was from one of the clients I do tax returns for. I said, "You took me by surprise. I'm at Newbury, and you normally can't get phone calls after dark. Let me call you when I get home." That was the first strange thing that happened that night.

PRECOGNITIONS

The first time I dreamed of a medical problem was during the second time I stayed at Newbury House by myself. I was uneasy that night because I heard a sound like bats hitting the window, and when I looked, I could see them. I thought they would break the window. The air conditioner was on. Before I went to sleep, I turned the recorder on.

On that same night, I had a dream that I was dangerously ill, that I needed to see a doctor, that something was seriously wrong. I was told other things in the dream, but the big one was that I needed to go to my doctor for an exam. I made an appointment as soon as I got home. The exam revealed that I had small cysts on my head that were very dangerous. They were too small at the time of the dream to be felt but by the time I saw my doctor three weeks later, they had grown to the size of a quarter and had to be surgically removed.

When I went to bed the following night on this visit in 2013, I went into a deep sleep and saw two figures. One was a younger man, dressed in clothing from the 1960s, and the other was an older man, dressed in clothing from the 1800s. One stood on each side of the bed, and they said, "You have doubts that we exist and we're going to tell you some things. And you *are* scared. To say you're not scared would be a lie." When anything like that happens, even when seeing my dad, it is scary. They said, "Don't be afraid. We're not ever going to hurt anybody up here. We're going to tell you some things so you will know we truly exist." One of the things they told me was that my son was going to be hospitalized with a serious kidney problem. The guy in the 1800s clothes said a doctor would not be able to help John out of the kidney failure but an acupuncturist would. He didn't say acupuncture, but in the dream, he said it was sticking needles in the body, and that would be the only thing that would cure John's kidney problems. My son was perfectly healthy at that time.

The next thing they told me was that I had on "a nail paint" that was very toxic and I needed to remove it.

I woke up thinking, what a weird dream. I was really scared. I checked the recorder and found that it was off. It had switched off after I went to bed without me knowing.

A couple of days later, I got a phone call from the University of Southern California Medical Center that my son had been admitted with a kidney dysfunction. Several days passed. He wasn't making any progress, and they didn't know if he was even going to make it. I said, "Try alternative medicine," and I asked, "Is there anybody there in the hospital, acupuncturist, anything?" There was an acupuncturist. He came in and treated John, and whatever the problem was, it cleared up. Totally unexplainable.

The same thing happened with the nail polish. I had been to California to visit John before that trip to Rugby and visited a salon there for a manicure. I still had the receipt, so I called to see if something was wrong with the nail polish they had used. The girl said, "We are so glad you called. Yes, this is a new kind of nail polish and it is toxic; get it off your nails."

Charles Oldfield Room, Room 2 at Newbury House, Historic Rugby.

ROOM 2

Jonnie spoke of her experience in Room 2 following the death of her father in Chapter 4. She has stayed in Room 2 several times, seemingly having an otherworldly connection with Charles Oldfield, the man who is reputedly haunting the room in which he died more than a century ago. Apparently, Oldfield has an affinity for Jonnie, too. She provided this information after an episode happened in 2015 after a visit.

The man in Room 2 was Charles Oldfield. Guess what … I'm nearing retirement age, and I was checking up on my Social Security. Guess what my last name got changed to? "Olfield." Almost his; there was only one letter difference. The Social Security people don't have a clue how that happened. So, I had to make a trip to Knoxville to get that straightened out, providing my birth certificate, Social Security card and marriage license as well as having my husband as a witness.

The Social Security representative said, "It's not possible to change this without documentation." I said, "Show me your documentation, then." She could not, because none existed.

ROOM 5

On a later trip to Historic Rugby in 2015, a group of friends from my work went with me, and we stayed in Newbury House. I was in Room 5, the Kellogg Room, where little paranormal activity had taken place on my previous visits. That would not be the case this time. Activity took place throughout Newbury that weekend. I found out later that one of the guests in my group had been burning sage in an attempt to drive out the spirits. The spirits were not happy about that and acted out toward all of us.

In my room, the bathroom door shut and would not open at all. When I finally got it open, it was as if someone had been on the other side holding the doorknob to keep me from getting in. Then when I took my shower, I had laid the clothes I was planning to wear on the commode seat. When I got out of the shower, they were in the sink with the water running, soaking wet. This was the only pair of pants I brought with me. I had to wear a dress the rest of my stay.

The others had their own experiences that evening. One friend, Karen, was across the hall from me. During the night when she was in bed, her bed began heaving and shaking, and she was thrown out. The door to her room was "stuck" and it took a few minutes for her to get out. She then began pounding on my door and screaming, scared to death. Everyone else woke up and came to see what was happening, including the woman at the other end of the hall in Room 1 who had been burning sage. Karen was terrified to go back to the room she originally had and stayed with the guest in Room 1. Both women smelled something like an electrical fire during the remainder of the night. They discovered that both their cellphones were fried.

Lesson learned: Do not antagonize the spirits who never meant you any harm. You will regret it.

NEWSPAPER REPORTS

In Chapter 15, we introduced a ghost hunter during a Halloween edition of the Blount Life section, of which I was editor, of The Daily Times. In that same issue, I wrote about the experiences of Jonnie and some of her friends. This was not the first time I had written about her adventures. A column I wrote near Halloween the year before tells of another trip. Both are reproduced here with the blessing of Daily Times publisher Bryan Sandmeier.

Not a believer? You will be
The Daily Times, Maryville, Tennessee
October 30, 2011
By Linda Braden Albert

The supernatural is tops on people's minds this weekend before Halloween. For some, it's merely a means of entertainment with no basis in reality. For others, such as a group of Blount County friends who recently spent the night in a picturesque inn in an equally picturesque village, the voices and sounds of the past made believers out of even the most skeptical among them.

Jonnie Odom, Jeff Weaver, Karen Brewer, and one couple, Wesley and Brenda Brewer, made the journey as a getaway weekend. All, with the exception of Wesley Brewer, are members of the Self-Propelled Foundation Inc., a group that promotes tools such as self-hypnosis, self-visualization, meditation and prayer to maintain awareness, focus, energy, stress control and to eliminate habits viewed as negative and damaging. Odom, an experienced social worker, is director of the group.

Smoke and mirrors
Odom, who rented the entire building for the group retreat, has been to the inn several times in the past.

"When I was there last October, there was a vapor that came through the air conditioner, but it also had a scent," she recalled. "It was a very unusual odor. I've never smelled anything like it. I turned it off, took the whole thing apart, and the vapor still came through."

Karen Brewer, like Odom, had a similar experience at the recent stay. "Did you not smell the smell in my room? It was a good smell."

And then there were the mirrors.

In the parlor, a large mirror hung above the fireplace. When the group arrived, the clock was not working and was centered in front of the mirror on the mantel. Weaver said, "The next morning when we got up, the clock had moved — and it was working." No one in the house had touched it, he said, but it was far enough to the side so that marks on the mirror, like someone had written there with a wax pen, were visible. "It looked like somebody had got inside the mirror and wrote on it from the inside," Weaver said.

Shadows and sounds

Weaver shot numerous photographs on the trip, some of which revealed unexplained shadows. In other photos, orbs, which are the physical manifestation of spirits, seem curious about the new guests. No explanations were forthcoming. At times, the camera totally locked up, then just as unexpectedly began working again. Weaver said the camera had not done that before and has not since.

Each resident went to his or her room between midnight and 1 a.m. Each resident was awakened at 3 a.m. by the sounds of floors creaking, voices, doors opening and closing. Weaver, who had fallen asleep downstairs, thought some of his friends were in the kitchen; Brewer thought the footsteps outside her door were from Weaver going to his room. As it turned out, each person was accounted for — none of whom were awake and moving around at that time.

Key to the afterlife

Perhaps the most dramatic event involved the key to the room in which Odom slept, the room most people shunned because of its wealth of paranormal activity.

When the group prepared to come back to Maryville, she turned in each of the room keys. The person in charge verified that each key was accounted for.

Odom thoroughly cleaned and washed her vehicle the next day ... and found the key to her room.

"I sat there trying to regain my composure and sanity," Odom recalled, then called the inn to apologize. She was told by the clerk that all keys were there, that she was looking right at them. She told Odom, "It's meant for you to come back. Just hold onto it."

None of the group felt threatened in any way. Each now knows that there is more in this life than our five senses can process.

Brewer spoke for all when she said, "If you're not a believer, you would be when you left this house."

Ghostly events don't wait for Halloween

The Daily Times, Maryville Tennessee
Oct. 31, 2010
By Linda Braden Albert
Sometimes things are not exactly as they seem.

Just ask my friend, who will be identified only by her first initial, J. She discovered recently how a seemingly peaceful, quiet inn in a sleepy rural town is far more than meets the eye.

The inn is steeped in history. You can see from its outward appearance and the period furnishings inside that the mid-to-late 1800s/early 1900s are still alive for its guests. The time period is also alive for early residents who have long gone to dust.

The proprietors of the inn have had inklings of paranormal activity. J was told they actually hired people with equipment that was supposed to be able to record anything unusual, but the ghost hunters did not record or experience anything.

Now, J stayed at the inn earlier this year with a group of others on a retreat. She stayed at the inn another time with her husband. On the third and most recent visit, however, her husband was delayed at work until the following day, and J — the only guest at the inn — stayed there by herself. All night long.

J, knowing the reputation of unexplained happenings in the inn, brought a tape recorder for the singular purpose of discovering any ghostly communication. For eight hours, while she snored peacefully away, the tape was running.

"What was recorded for that eight hours is most interesting," J told me.

J's computer froze as she tried to download the recording, still at the inn. "I had to close the computer, with it on, and after getting home ... my Mac just started working again with no problems," she said. "I've got eight hours of recording with most of the activity between 3 and 4 a.m. I heard nothing, as I was snoring up a storm."

Since then, J has not been able to give the inn's proprietors a copy of the recording. She said, "Every avenue of attempting to download that recording to a CD has failed. My attempts with four different computers failed; my Apple, my friend's Apple, my husband's Toshiba, and last weekend, I rented a compact from a rental store in town. You guessed it — it locked up and I took it back the following day. The guy could not figure out what happened to it.

"The recorder is a new high-tech digital recorder with several folders to record in, and all of them will download but the one from the (inn). I did not hear anything. As one can tell from my snoring, I was sleeping very well, but the recorder tells a different story. Before going to bed, I did experience a very unusual smell and cloud-like mist from the window air conditioner. I took the front off the air conditioner, put it back on and just figured it was old. The noises are sounds of creaking, moaning, something being dragged across the floor."

Some — unusual — things have happened to J since then, as well.

"I have felt different since that night and I am having a complete physical this month," J said. To date, one mammogram looked "different and unusual," but the follow-up was fine. A cyst J's had for 20 years was measured to be about the size of a dime by her dermatologist the week before her visit to the inn; the week after, it was the size of a quarter, to the doctor's disbelief.

"I just felt like my energy had been zapped after that night," J said. "I have not had any health problems and normally have very high energy, but it is hard to explain a different feeling now."

J went to the beauty shop the week before her adventure; two weeks later, her hair had grown a full 4 inches and continues to grow much faster than normal, she said. "My beautician swears I've got a secret hair formula, and family and friends stop me and ask me what I've done to my hair," she said. "My sister and my beautician are best friends, and I've not been able to convince them that I don't know why my hair is growing so fast."

Is a ghostly encounter responsible? Perhaps, perhaps not. Either way, J was told that her recording is the first measurable suggestion of paranormal activity in the inn.

"This place would definitely make for a good Halloween story," she said, "But you won't find me there."

CHAPTER 20

OAK LODGE

"There are some secrets which do not permit themselves to be told." ~
Edgar Allan Poe

Oak Lodge was originally built in 1881 to handle overflow from Rugby's Tabard Inn, which was constructed in 1880. The elegant Tabard Inn was destroyed by fire in 1884. Some of the furnishings were saved before the building was totally consumed. A second Tabard Inn was built on the site of the first in 1887, but it, too, burned in 1899, leaving Rugby without a hotel.

Oak Lodge remains as a privately owned building. Several years ago, Jonnie booked the lodge for a group of friends and herself for a weekend near Halloween.

They found a bit more than they expected.

Jonnie's story

Several friends and I went to Historic Rugby during the annual Halloween events in 2015. One of these was a bonfire at the site of the Tabard Inn, which was across the road and in the field near where we were staying at Oak Lodge.

It was rainy, it was wet, a horrible night when we got there. We couldn't get the front door open. I was able to contact the caretaker, and we told him we couldn't open the front door. He said, "It's swollen shut from the weather. You'll need to go in and out through the back door." He let us in and then left.

We were all sitting in the front room meditating. People with lanterns, some dressed as former Rugby residents would have dressed in the 1880s, were walking into the field across from Oak Lodge, going to the bonfire at the place where the old Tabard Inn had been.

Suddenly, WHAM! The front door, the one no one had been able to open, was thrown open, and a wind rushed by. One of the women, Betsy, was on her feet, screaming at the top of her lungs. The rest of us screamed one time, startled, but Betsy never stopped. We tried to calm her down, get her something to drink, but she never calmed down. She was completely terrified. She refused to sleep in a room by herself and instead, stayed in a room with one of the other women.

The people walking past the house thought this was part of the Halloween activities. They looked at the house as they passed by, but no one asked if we were OK. They thought we were trying to scare them.

I have observed that October seems to be a time of more paranormal activity than is normally seen in Rugby. After learning more about the Tabard Inn and how it burned, I believe spirit activity was high that evening, and I also learned later that an unexplained death had taken place in the field near the old inn. Could someone who had remained after death have been playing a trick on us?

CHAPTER 21

VISIONS OF LIFE IN RUGBY

"Dreams are today's answers to tomorrow's questions." ~ Edgar Cayce

The Alexander-Perrigo House in Historic Rugby was a boardinghouse and private residence for the Alexander family and later the Perrigo family and is said to have been dismantled in the 1930s. Several years ago, the property was sold to private owners, and the house was rebuilt on the site of the original building. The new owners opened a shop and offered two suites as lodging. The building has since been sold and is a private residence.

Jonnie spent several visits at the Alexander-Perrigo House. In the process, she learned more about life in Rugby than she ever would have dreamed.

Grave marker for Benjamin Thomas Bensted, Laurel Dale Cemetery, Historic Rugby, Tennessee. Bensted was priest at Christ Church Episcopal at Historic Rugby from around 1912 until his death in 1925.

Jonnie's story

On a trip to Rugby in 2017, I stayed by myself in the Alexander-Perrigo House. This house was built at the site of the original house.

I always worry about people breaking in, especially when I am staying by myself. This was a two-story building. I was on the top floor, and I put chairs across the top of the stairs because I thought if somebody broke in, I would hear the chairs moving.

I was almost asleep, and a spirit came floating through, laughing because I had put chairs up. He said, "This is so funny. Do you think you can keep me out with chairs?" Then he said, "I want you to see what life was like here." I saw that people were in a huge field playing this game that was just as exciting as a football game. It was a game I had never even heard of before. I wrote it down that morning, a word I had never heard of before. But I looked it up and discovered it was a game played with some kind of ball and a stick.

I was in this field with people dressed in 19th-century clothing, watching them play this game. And then the man told me that the friend I had who was writing a book should change her story and write about Rugby and a priest. He was talking about the book Linda was working on. That was a little bit scary.

The next morning, I told the owner about my dream and described the game, which she knew was cricket. It then occurred to the owner who my ghostly visitor was. She took me into the other room where there was a photo of the priest—the same man from my dream.

I did some research and found that the name of the priest was Benjamin Thomas Bensted, born in 1855 and died in 1925. He was the priest in charge of Christ Church Episcopal in Rugby from around 1912 until his death and is buried in Laurel Dale Cemetery at Rugby.

How odd that I had been walking around Laurel Dale Cemetery earlier the day before, paying my respects, and snapping some pictures. One of those was of a priest's tombstone—Benjamin Thomas Bensted.

Coincidence? You can make up your own mind, but I believe it was meant to be.

BLUEBERRY CORNBREAD

Sometime later, Linda and I were visiting her friend, the paranormal investigator. I showed him pictures I had taken in Rugby, and he began inhaling as if the most delightful food was being cooked. He said, "Somebody is cooking blueberry cornbread here." The three of us had never heard of blueberry cornbread, but we checked online and found recipes for it. Here is one of them:

Blueberry Cornbread

Ingredients

1 cup cornmeal

1 ½ cups flour (sifted)

¼ cup sugar

2 teaspoons baking powder

1 ½ cups milk

2 beaten eggs

¼ cup melted butter

1 cup blueberries

Directions

1. Preheat oven to 350 degrees.

2. Grease a 9 by 9-inch pan.

3. In a large bowl combine the corn meal, flour, sugar and baking powder.

4. Mix to combine and then add the milk, eggs and melted butter and mix well, taking care not to overmix.

5. Gently fold in the blueberries.

Pour the batter into the prepared pan and bake for 20 to 25 minutes.

CHAPTER 22

PERCY COTTAGE

"No man who ever lived knows any more about the hereafter than you and I." ~ Edgar Allan Poe

Percy Cottage in Historic Rugby is a historic reconstruction of the cottage built by Sir Henry Kimber, a British baronet who was one of the biggest railway owners in the Empire. Next to Thomas Hughes, Sir Henry was the largest investor in the Rugby settlement. The cottage, named for Sir Henry's son, is located on the site of the original, which stood here until the late 1930s (from historicrugby.org).

Jonnie has stayed in Percy Cottage several times when only a friend or two accompanied her to Historic Rugby. The downstairs area includes one bedroom, a bathroom and parlor; the upstairs has two bedrooms, a bathroom, kitchen and sitting area. I prefer the downstairs, while Jonnie prefers the upstairs.

If you are a light sleeper, you will hear all sorts of noises. The thing is these noises are echoes from days long past ... and it's a good idea to announce to anyone within earshot of you that you've rented the bedrooms and prefer not to be disturbed. Otherwise, you and an unwary "ghostly guest" may scare the bejeebers out of each other ... Ask me how I know ... This also happened to me during a stay at Newbury House in Room 5, the Kellogg Room.

Normally I don't sleep well at any place we go because I'm afraid I will oversleep and delay Jonnie. This particular trip in 2016 was no different, plus I woke up several times during the night when I heard footsteps on the stairs and thought Jonnie was coming downstairs for

something she left in the parlor. The next morning, when I heard her walking around and heard water running upstairs, I thought, "Oh, no, she's going to be ready and I won't be." I got up, showered, dressed, and sat in the parlor reading as I waited for her.

The time grew later and later, and I just knew she would be down any minute. As I was pondering on yelling up the stairs to see what was going on, she hollered, "Linda! Are you up? I overslept. I went into a coma and just now got up!"

Interesting ... I asked who she was entertaining all night because I heard footsteps on the stairs all night long, footsteps on the upper floor, etc. Jonnie said, "I don't know what you heard, but it wasn't me."

Jonnie's story

Several weeks after this trip with Linda in 2016, I was back in Rugby with my friend Karen, selling my products at a craft show. We stayed in Percy Cottage and were able to set up our sales tent in the yard at the cottage.

When we were out front selling products, some people came up to us and asked if we were staying at that house. I said, "Yes, we're staying the weekend here." They said, "You couldn't pay us to stay here again," and I asked, "How come?" The lady said, "There's some kind of ghost that runs up and down the stairs all night and keeps everybody awake!" She told me the same thing Linda had said.

On another visit, a different friend stayed at Percy Cottage with me. We heard sounds all night long, stagecoaches, horses' hooves on the hard ground, horses neighing, footsteps inside the cottage. It sounded like the horses and stagecoaches were running circles around the cottage. I found out after this that others had heard the same sounds, although there had been no horses or stagecoaches nearby in a hundred years.

CHAPTER 23

LAUREL DALE CEMETERY

"Things are not always what they seem; the first appearance deceives many ..." Phaedrus

Laurel Dale Cemetery was opened in 1881, not long after the 1880 founding of Rugby, for the burials of six typhoid fever victims and a young child. It was chartered as a public cemetery by the state of Tennessee on April 27, 1889.

Many of Rugby's prominent citizens are buried here, including Margaret Hughes, mother of Rugby's founder, Thomas Hughes. Jonnie always visits Laurel Dale Cemetery when she stays in Rugby to pay her respects.

Sometimes, the cemetery gives a feeling of teeming with unseen shades. And sometimes, imagination of such things can lead to seeing what isn't there ... Things are not always what they seem ...

Read the following column I wrote in 2016 after a visit to Laurel Dale Cemetery the previous year. You'll see exactly what I mean.

Things are not always as they seem
The Daily Times, Maryville, Tennessee
October 23, 2016
By Linda Braden Albert

There is more to life than what meets the eye. And then again, sometimes what meets the eye is not exactly as it seems.

Consider cemeteries, for instance. I, and many of my fellow genealogy and history enthusiasts, spend time wandering through these peaceful final abodes in search of tombstone information to add to our family records. Some people find that disconcerting; for us, however, it's a lovely walk through history as we pay respects to those who have gone before.

One such trip turned out to be more of an experience than my friend and I anticipated.

We had gone to a favorite destination for a girls' weekend combined with a business trip last summer, a place where history seems to permeate the atmosphere as well as every physical structure. Part of that ambiance is the town's cemetery. We have no kinfolk there — that we've been able to determine, anyway — but it's our custom to at least drive through and remember the people who settled the town, lived and died there. We got a bit of a late start due to the demands of her business event, and darkness had begun to fall when we began our drive.

The blue LED lights used so often now in cemeteries were scattered throughout. The soft blue does give an ethereal glow when reflecting off the tombstones. It also gives the imagination a bit of a boost. Is that really an LED light? Or is something else out there in the darkness, just beyond the reach of the headlights?

As my friend eased around the circular drive, we noticed something else reflecting off the tombstones. Two red lights, like demon's eyes, seemingly following the car's progress. As we moved, the "eyes" disappeared; when we stopped to try and see what was really out there in the bosom of the cemetery, they reappeared.

My friend was getting quite jittery by this time, and I confess, I was a bit anxious, too. There has to be a logical explanation, I told her. Those are not demons watching us. I was mentally reciting all the Bible verses I could remember that rebuke Satan, just in case my hypothesis was wrong, but there was something ... odd.

We kept creeping along, eyes glued on the cemetery. The fire eyes opened, closed, opened, closed. Just about the time when we decided to floor it and get the heck out of there, it hit me.

"Put the brake on," I said, both of us intently watching the cemetery. The "eyes" glowed. "Take your foot off the brake," I said. The "eyes" disappeared. What we had thought were fire eyes following us were the reflections of the brake lights on the tombstones, made even more realistic because my friend kept her foot on the brake as we coasted along for a bit.

To say that we cackled like two old hags at a caldron is an understatement. Even now, months later, all we have to do is mention the demon eyes and go into a fit of laughter.

The story gets better. My friend returned to this small town a couple of weeks ago on another weekend business jaunt. Some of her friends traveled over on that Saturday to give moral support and see the sights, and they all wanted to visit the cemetery they'd heard so much about when the workday ended.

My friend had not told them of our experience. But she did tell them that ghostly happenings were common in the town, and when you saw red lights in the cemetery, that meant activity was very, very high. They loaded up their vehicles, my friend driving her car with one of the visitors riding with her, the others following.

The red lights flickered in the cemetery. My friend could hear the screams from the vehicle behind her and the exclamations from the person riding with her. She didn't say a word.

They met afterward at the local cafe for supper, and the demon eyes took up most of the conversation. My friend let it go on for a while and then confessed, but the spook-suggestions had already been implanted in their minds. Rather than staying the night with her in the cottage she had rented, all but one decided to leave.

Isn't imagination a wonderful thing?

CHAPTER 24

FINAL GOODBYES

"So long as one person remembers you, you are never really dead." ~ Lurlene McDaniel

In May 2021, Jonnie and I went to Newbury House to work on this book you are now reading. I interviewed her about many of her paranormal experiences, spending all day that Saturday and Sunday concentrating on the book. One snag happened. Jonnie wanted me to erase some files from her voice recorder that were no longer needed, which I did. We had planned to listen to the original recording she had made on one of her first visits to Rugby years before, and I was very cautious not to erase it by mistake. Unfortunately, it disappeared. We were disappointed, and I felt so badly about it, but there was no use crying over spilt milk. We had other things to do.

I was sleeping in the Thomas Hughes suite downstairs. The feeling was one of peace and serenity, like I was wrapped in a comfortable, safe bubble of protection. I slept well except for foot cramps waking me up. There was no sense of any otherworldly beings.

On the other hand, Jonnie, upstairs in Room 5, had an experience that is hard to believe. Her story is written exactly as it was given to her in the early morning hours of Sunday, May 16, 2021.

Jonnie's story

Today is Sunday, May 16, 2021. Last night, sleeping in the Kellogg room, at three a.m., something woke me up, a noise that sounded like from above, a cracking noise. I was in the middle of a very vivid dream. So, I grabbed my pen and notebook, sat up in bed, and started writing.

A man in 1800s clothes said, "Your friend didn't erase your memory off your memory machine, I did. You don't need what's on it. You will remember what you are to write.

"Things are changing in Rugby. Our attachment is with furnishings. The beds we made love in, slept in, died in, a chesterfield we sat on, entertained on, and we loved as gentlemen do.

"As it is removed, so is our residual energy. It is weakened. We are the results of very strong spirits with energy fields that linger, not yet ready to move into the next dimensions. Our human bodies gave out on us before our spirits could complete relationships and dreams that were not fulfilled. We've remained to protect our interest. We gave far too much money, friends, family, lifestyle to come to this spot in the universe we call Rugby. Our mission is being fulfilled. The caretakers are not only taking care of our Utopia but are slowly removing our presence with each change. With each removal, each fire, we dissipate a little more.

"We have enjoyed your visits. You've never been fearful of our pranks. We've removed keys from your automatic horse carriage. Locked you in the bathroom, revealed unknowns to you in your dreams. We've really scared a lot of your friends. One of them was the witch, but you had no idea what she was. She burned something trying to remove us from our abode, but we took care of her talking machine by burning it up.

"You found us because your spirit has a connection. Our younger Rugby spirit led you, not to Rugby in a dream, but to his first love, Deer Lodge.

"Well, my dear, enjoy the time and space that is remaining of your life."

Here I was, sitting up in bed, writing at three a.m., and crying because the spirits, to me, have said their goodbyes. It appears they have a shelf life, too.

I'm assuming the speaker was Charles Oldfield. I just saw the clothing, 1800s attire, not really a face.

Linda and I looked up chesterfield sofas online. The description said, "Men preferred them because they were leather and didn't wrinkle their clothing."

I felt sad, overwhelmed, because the spirits of Rugby's past seemed to be saying their final goodbyes. Will I encounter them again? Only time will tell.

CHAPTER 25

POSTSCRIPT

Job 33:14-18 teaches, "For God does speak—now one way, now another— though no one perceives it. In a dream, in a vision of the night, when deep sleep falls on people as they slumber in their beds, he may speak in their ears and terrify them with warnings, to turn them from wrongdoing and keep them from pride, to preserve them from the pit, their lives from perishing by the sword."

This book almost didn't come to pass ... but Jonnie and I came close to passing into that heavenly realm where angels sing and the mysteries of this world and the world beyond will be revealed, at last.

In May 2021, Jonnie booked rooms for us at Newbury House in Historic Rugby for a writing workshop. We planned to discuss this book, which has been a dream of hers for more than ten years, selecting the stories she wanted to tell as I interviewed her.

I had an uneasy feeling about going to Rugby this time. I didn't sleep well, and when I did, I had disturbing dreams. Cattle in the nearby pastures bawled all night long. I am not accustomed to hearing cattle bawling in the middle of the night and the wee hours of the morning, and the constant bellowing set my teeth on edge and provoked an unexplained anxiety to well up within me.

When I did sleep, I had dreams. Dreams of being in danger, of people with me being in danger, of high winds and tree limbs falling all around. I was concerned, but I was not afraid. It was as if I knew everyone was going to be fine even though the situation looked dire. My soul was at peace.

This trip to Rugby would be my first trip out since COVID-19 hit in late 2019. I'd already had one severe bout with it in June 2020 and at least one other lighter bout, if you could call that light. Also, the day before, I had received my first COVID-19 vaccination against my better judgement. I did have a bad reaction, and when I saw my doctor later on, he said not to take any more vaccinations. No worries there.

But those dreams ... They haunted me all weekend. The reason was revealed May 17, on our way home ...

The following column I wrote, published June 5, 2021, in The Daily Times, explains what happened.

Jonnie's vehicle, upside down in the ditch in front of church near Wartburg, Tennessee, following a weekend retreat working on "The Unfolding" in 2021. Both Jonnie and Linda walked away from the wreck.

The Daily Times, Alcoa, Tennessee
June 5, 2021
Seeing life from a new perspective

Suspended upside down in an overturned vehicle just outside of Wartburg was not the way I expected to conclude a productive, enjoyable working weekend.

Neither did my BFF, the driver, but that's exactly where we found ourselves on May 17 on the way home from Historic Rugby. We may never know the full story behind our adventure, which left us thankful to be on this side of the dirt and able to tell the tale, but one thing's for certain: If we had not believed in miracles and divine protection before the accident, we certainly do now.

My friend and I decided to venture to Rugby last weekend, the first time I had been out since COVID-19 shut the world down. She had been keeping check on the safety of traveling to Rugby and felt it would be safe to spend some time there working on a project we are collaborating on. So, I reluctantly agreed, attributing my hesitation to having been at home for more than a year.

We accomplished quite a bit on our project during work sessions Saturday and Sunday, leaving for home on that Monday. We were just outside of Wartburg when it dawned on her that she didn't remember putting something important in her bag, so she pulled into a church parking lot to check. Sure enough, she had left it in Rugby, so we started back.

On the way out of the parking lot, before we entered the roadway, the front tire slipped off the pavement and the car rolled into a deep and wide ditch, hitting passenger side first, and landed on its top. She ended up over the steering wheel on top of the dashboard. My seatbelt held so I was suspended upside down for 10 to 15 minutes until emergency personnel from Morgan County got there, longer considering they had to scope out the situation first.

I had some nice bruises in the shape of the seat belt and from banging against the door, and perhaps from the door-side airbags deploying. My right side hit first and my right shoulder and leg took quite a beating. But I'm telling you what's the truth, God was looking out for us. BFF bumped her head and had a headache but the next day it was gone; she said she isn't bruised or sore, another miracle. The biggest miracle in the series of miracles is that she and I both walked away from the accident under our own power.

I called my son at work in Oak Ridge, and he came to pick us up at the Morgan County Sheriff's Office in Wartburg. He actually arrived there before we did since the police officer who was transporting us had to stay at the accident site until the vehicle was removed. That's the first and hopefully the last ride I will ever take in the back of a police car!

Another miracle: My camera, both our laptops, and our voice recorders all survived without a scratch. Somehow, the battery charger for my camera that I keep in a pocket on the outside of the case flew out of the pocket and landed in the back. BFF and her husband found it the next day when they went to look at the car with their insurance adjuster. She brought it to me, and I plugged it in and it charged the battery with no problem. Even the duffel bag with my clothes and toiletries survived intact, zipper still closed, as did the ice chests BFF had brought to transport food and water for the weekend. Her biggest loss was all her toiletries and an expensive pair of sunglasses.

Someone asked me if I was scared when all this came to pass. Honestly, I was not. My first thoughts as we rolled were, "Well, this is going to make a heck of a column," and looking around to observe everything that would occur during the extrication process. I had the surety in my spirit that we were both going to be fine — another God-thing.

175

The emergency personnel and the lady who almost immediately came to our aid — we don't know where she came from or where she went — were all fantastic. We can't give them enough credit. They are probably still shaking their heads about the two full-figured "older" women they rescued who walked away from what could easily have been serious injury or fatality, especially the one who replied, when asked how she was doing before being released from the seatbelt, "I'm fine, just hanging around." Yes, that was yours truly, and it just popped out of my mouth automatically without a thought.

My bruises are fading, and I'm getting treatment for the shoulder and leg. I'm giving thanks every day for the men and women who served us in the wreck and for this new perspective on life as I seek the purpose my friend and I were left here to fulfill. I guess God is not finished with me writing stuff yet!

Don't believe in miracles? Well, I do. The fact that I'm here right now writing this column is all the proof I need.

Something I did not mention in this column was how Jonnie's voice recorder ended up being found. It had been in her open purse on the back seat and should have gone flying as almost everything else did. As we waited for help to arrive, I felt a gentle pressure on my left shoulder. It was her recorder, as if a hand had retrieved it and laid it carefully where I could grasp it. I held it up triumphantly, and Jonnie asked incredulously, "Are you recording notes to write about this wreck?"

Not this time, but that was my first inclination. After all, I knew we were going to be OK and I was going to write about it. The Lord had revealed it to me in the dreams.

And now you know the rest of the story.

EPILOGUE

Many hours of research, interviews, transcriptions, and revisions have gone into this book to make it as accurate as possible. Now, it's up to the reader. What have you learned? Have your own unexplained experiences begun to make a little more sense?

If you'd like to share your experiences or if you have questions about anything in the book, visit our website at blacklocustpublishing.com and we will get back with you.

ABOUT THE AUTHORS

Jonnie Hodge Odom is a native of Blount County, Tennessee. In addition to traveling and having adventures with her family and friends, she has worked as a human resource manager for 20 years and as a professional social worker for 21 years. Jonnie is the founder of the Self-Propelled Foundation, which raises funds to help children in need by selling her hand-crafted, plant-based skin care products.

Jonnie holds a Bachelor of Science degree from Tusculum College and is a certified life coach. She is married to Don Odom, and they have one son, John.

Linda Braden Albert, a native of Blount County, Tennessee, was an award-winning journalist with The Daily Times newspaper based in Blount County, where she worked as a reporter, columnist, and section editor for almost two decades before starting her freelance business. She is editor of Blount County Horizon, a quarterly lifestyles magazine published by The Daily Times, continues to provide columns and feature stories to the newspaper and other publications, and provides editing services for local authors and others.

Linda is an honors graduate of the University of Tennessee, Knoxville, with a Bachelor of Science degree in business administration. Her interests include history, genealogy, and photography. She is the mother of two children, Emily (Jordan) and Adam (Cieria), and Mamaw to six grandchildren, Ellie, Seth, Thomas, Ivey, Nevaeh, and Abel.